மாலுமி

# மாலுமி

பா. ராகவன்

மாலுமி

Maalumi

Pa. Raghavan

*R. Ramya* ©

First Edition: December 2018
104 Pages
Printed in India.

ISBN 978-93-86737-75-5
Kizhakku - 1134

Kizhakku Pathippagam
177/103, First Floor, Ambal's Building,
Lloyds Road, Royapettah, Chennai 600 014.
Ph: +91-44-4200-9603

Email : support@nhm.in | Website : www.nhm.in

kizhakkupathippagam   kizhakku_nhm

Author's Email : writerpara@gmail.com

Web : www.writerpara.com

Kizhakku Pathippagam is an imprint of New Horizon Media Private Limited

The views and opinions expressed in this book are the author's own and the facts are as reported by the author, and the publishers are not in any way liable for the same.

All rights reserved. No part of this publication may be reproduced, stored in a retrieval system, or transmitted, in any form or by any means, electronic, mechanical, photocopying, recording or otherwise, without the prior permission of the publishers.

அசோகமித்திரன் நினைவுக்கு

# பொருளடக்கம்

# முன்னுரை

**க**டந்த சில ஆண்டுகளாக ஒவ்வொரு ஜனவரி மாதத்திலும் இரண்டு அல்லது மூன்று சிறுகதைகளை எப்படியாவது எழுதி விடுகிறேன். வருடம் முழுவதும் என்னென்னவோ எழுத வேண்டி இருக்கிறது. ஆயிரக்கணக்கான தொலைக்காட்சித் தொடர் காட்சி களுக்கான வசனங்கள், நாவல் முயற்சிகள், பத்திரிகைத் தொடர்கள், கட்டுரைகள், சிறு குறிப்புகள் இன்னும் என்னென்னவோ. ஒரு சிறுகதை எழுதுவதற்கான மன ஒருங்கமைவும் நேரமும் பெரும்பாலும் கூடுவதில்லை. ஆனால் ஒரு நல்ல சிறுகதையை எழுதி முடிக்கும்போது கிடைக்கும் நிறைவும் மகிழ்ச்சியும் மேற்சொன்ன வேறு எதிலும் இருப்பதில்லை. சிறுகதை எழுதாத வருடங்களில் அது பற்றிய வருத்தம் ஒவ்வொரு ஆண்டிறுதியிலும் மேலோங்கி நிற்கும். இதன் காரணமாகவே ஜனவரி மாதம் சிறுகதைகளுக்கு மட்டும் என்று அமைத்துக்கொண்டேன்.

இத்தொகுப்பில் உள்ள கதைகள் அப்படி ஜனவரிகளில் எழுதப் பட்டவைதான். இக்கதைகளில் சில அமுதசுரபி, வலம், விருட்சம், மல்லிகை மகள் போன்ற பத்திரிகைகளில் வெளி வந்தன. பெரும்பாலான கதைகளை நான் எந்தப் பத்திரிகைக்கும் அனுப்பவில்லை. எனது இணையத் தளத்தில் மட்டும் வெளியிட்டேன். இந்நாள்களில் பிரசுரம் சார்ந்த ஆர்வமோ உத்வேகமோ இல்லாமல் போயிருக்கிறது. தோன்றும்போது எழுதுகிறேன். இஷ்டமிருந்தால் வெளியிடுகிறேன். எழுதி, இன்னும் இணையத்தில்கூட வெளியிடாத கதைகள் சில கைவசம் உள்ளன. இன்னொரு முறை எழுதிப் பார்க்கலாம் என்று நினைத்து ஆண்டுக் கணக்காகக் கிடப்பில் இருப்பவை அவை. ஒருவேளை

அவை வெளியாகலாம். வராமலேகூடப் போகலாம். பெரிய வருத்தங்கள் கிடையாது. எழுதுவது என் பிரத்தியேக சந்தோஷம். அதன் பூரணம் கிட்டும்வரை விடுவதில்லை.

இப்படி இருப்பது செளகரியமாக உள்ளது. ஒரு காலத்தில் என்னளவு வெறி கொண்டு பத்திரிகைகளில் எழுதிக் குவித்தவர்கள் யாரும் இருக்க மாட்டார்கள். நான் பணியாற்றிய பத்திரிகைகளில் ஒவ்வொரு இதழிலும் எழுதுவேன். என் எழுத்துகளுக்கு இடம் ஒதுக்கிக்கொண்ட பிறகுதான் மற்றவை குறித்த சிந்தனையே எழும். இதெல்லாவற்றையும் எண்ணிப் பார்த்தால் சிரிப்புத்தான் வருகிறது இப்போது. போய்ச் சேருவதற்கு முன்னால் ஒரு மகத்தான சிறுகதையை எழுதிவிட முடியாதா என்ற இச்சை மட்டும் மிச்சம் இருக்கிறது. அதைச் செய்யாமலே கூட முடிந்துவிடலாம். ஆனால் அதற்கான முயற்சிகளில் ஒழுக்கத்துடன் ஈடுபடுகிறேன் என்ற திருப்தி உள்ளது.

நான் சிற்றிதழ் வழி வந்த எழுத்தாளன் அல்லன். பெரும் வணிக இதழ்களில் அதிகம் எழுதியவன் என்றாலும் என் கதைகள் அந்தப் பத்திரிகைகளின் இலக்கணங்களைக் கூடியவரை புறக்கணித்தே எழுதப்பட்டவை. என் புத்தகங்கள் வெளியீட்டு விழாக்களைக் கண்டதில்லை. நான் மதிப்புரைகளுக்காகப் புத்தகங்களை அனுப்புவதை நிறுத்தி இருபது வருடங்களாகின்றன. ஆயினும் இக்கதைகள் எங்கோ இடமறியாப் பிராந்தியங்களில் முகமறியா வாசகர்களைச் சென்று சேர்கின்றன. எப்போதாவது யாராவது திடீரென்று எதிர்ப்பட்டு, கையைப் பிடித்துக்கொண்டு சொற்களற்ற நல்லுணர்வை மனத்துக்குள் இருந்து மனத்துக்குக் கடத்தி விடுகிறார்கள். போதுமே?

இக்கதைகளில் சிலவற்றை வெளியிட்ட பத்திரிகை ஆசிரியர் களுக்கு என் நன்றி. புத்தகமாக வெளியிடும் கிழக்குக்கு நன்றி. எப்போது எதை எடுத்துப் படித்தாலும் ஏதோ ஒரு வரியிலாவது நான் கற்றுக்கொள்ள எதையாவது வைத்துவிட்டுப் போன அசோகமித்திரனின் நினைவுக்கு இந்நூலைச் சமர்ப்பணம் செய்கிறேன்.

பா. ராகவன்

டிசம்பர் 9, 2018

# உண்ணி

எதிர்வீட்டு மாலதி ஒரு பூனை வளர்த்துக்கொண்டிருந்தாள். பூனைக்குட்டி என்றும் வளர்ந்த பூனை என்றும் சொல்ல முடியாத பருவத்துப் பூனை அது.

கல்லூரிக்குச் செல்லும் நேரம் நீங்கலாக மாலதியைப் பெரும் பாலும் அந்தப் பூனையுடன் தான் பார்ப்பேன். வாசல் படியில் அமர்ந்து அதன் ரோமத்தைக் கோதிவிட்டுக்கொண்டோ, அதன் மூக்குடன் தன் மூக்கை உரசி விளையாடிக்கொண்டோ இருப்பாள்.

பூனையின் மேனி பார்க்கமட்டுமே பரிசுத்தம். எத்தனை கிருமிகள், உண்ணிகள் இருக்குமோ? ஐயோ, இந்தப்பெண் ஏன் இப்படி ஈஷ்ஃகிறாள்; உடம்புக்கு ஏதாவது வந்துதொலைக்கப் போகிறதே என்று எனக்குத் தான் எப்போதும் பதறும்.

எதிர்வீடு தான் என்றாலும் எங்காவது பார்த்தால் அடையாளம் கண்டு அரைப் புன்னகை செய்யுமளவு மட்டுமே எங்களுக்குள் நெருக்கம் என்பதால் கொஞ்சம் தயங்கினேன். போயும் போயும் முதல் சம்பாஷணையைப் பூனை உண்ணியிலிருந்தா தொடங்குவது?

ஒரு நாள் நட்ட நடு ராத்திரி ஒன்றுக்குப் போகவென எழுந்திருக்க வேண்டியதானது. உறக்கம் கலைந்ததால் கொஞ்சம் வெளியே வந்து இரவின் மரகத வெளிச்சத்தை அனுபவித்தபடி சற்று நின்றேன்.

தற்செயலாக எதிர்வீட்டு மொட்டைமாடியைப் பார்த்தால், அங்கே மாலதி! எப்போதும் போல் அப்போதும் அவள் மடியில் அந்தப்

பூனை. என் யூகம் சரியானால், அவள் அப்போது அந்த ஐந்துவுடன் பேசிக்கொண்டிருந்தாள்.

மிகத் தீவிரமாக.

என் வியப்பு அதுவல்ல; பூனையும் தன் மொழியில் கிசுகிசுப்பாக பதில் சொல்லிக்கொண்டிருந்தது தான்.

இது என் பிரமை, அல்லது தூக்கக் கலக்கத்தின் காரணமாயிருக்கும் என்று நினைத்தேன். ஒரு வேளை அவள் சித்தம் பிறழ்ந்தவளாக இருப்பாளோ? ஐயோ பாவம் வயசுப் பெண். நாளைக்கே கல்யாணமாகி புருஷன் என்றொருவன் வந்தால், இதைக்கண்டு என்ன சொல்வான்? ஜீவ காருண்யம் உத்தமமானது தான். ஆனால் இது வேறுவிதமாகவல்லவா இருக்கிறது?

அவள் தன் பூனைக்கு வெங்காய சாம்பார் சாதமும் தக்காளி ஜூஸ்ஸும் பாப்கார்னும் (ரகசியமாக) பான்பராகும் தருவதை நான் பலமுறை பார்த்திருக்கிறேன். அப்போதே அவளிடம் இல்லா விட்டாலும் அவளது பெற்றோரிடம் சொல்லலாம் என்று நினைத்திருக் கிறேன். எதுவோ என்னை அப்போதெல்லாம் தடுத்தது.

ஆனால் இந்த அர்த்தராத்திரி கூத்தைப் பார்த்தபின் என்னால் என்னைக் கட்டுப்படுத்த முடியவில்லை.

விடியட்டும் என்று காத்திருந்தேன். பல் கூடத் துலக்காமல் நேரே அவள் வீட்டுப் படியேறி, கதவைத் தட்டிவிட்டு நின்றேன்.

சில விநாடிகளில் கதவு திறந்தது. அவர் எதிர்ப்பட்டார். படபட வென்று விஷயத்தைக் கொட்டிவிட்டு, கவனித்துக்கொள்ளுங்கள் என்று சொல்லிவிட்டு, பதிலுக்குக் கூடக் காத்திராமல் வீட்டுக்கு வந்து கதவைச் சாத்திக்கொண்டேன்.

அடுத்த சில நாட்களில் அவள் மீண்டும் என் பார்வையில் தென்பட்டபோதெல்லாம் பூனை இல்லாமல் தான் இருந்தாள். ஆனால் முகம் மட்டும் வாடியிருந்தது போலிருந்தது. நான் ஏதும் செய்வதற்கில்லை என்று நினைத்துக்கொண்டேன்.

விரைவில் அவள் சகஜநிலைமைக்குத் திரும்பியதையும் கவனித்தேன். பூனையை மறந்துவிட்டாள் போலிருக்கிறது.

எனக்கு அரிக்க ஆரம்பித்தது.

# இறுதிச் சடங்கு

**ச**ரி நாம் திருமணம் செய்துகொள்ளலாம். அவ்வளவுதானே? திருப்தியா? சந்தோஷமா?

யெஸ். தேங்ஸ். ஆனால் ஊரறிய. எனக்கு பேப்பரில் போட்டோ வரவேண்டுமென்ற ஆசையெல்லாம் இல்லை. ஆனால் குறைந்த பட்சம் நம் நண்பர்களுக்குத் தெரியவேண்டும். பெற்றோருக்குத் தெரியவேண்டும். உறவினர்களுக்கு அப்புறம்.

அவன், அவனை ஒரு கணம் உற்றுப் பார்த்தான். புன்னகை போல் ஒன்று வந்த மாதிரி இருந்தது. ஆனால் முழுதாக இல்லை. ஆல்ரைட். சொல்லிவிடுவோம்.

செருப்பு பிஞ்சிடும் ராஸ்கல் என்றாள் அம்மா. நீ என் பிள்ளையே இல்லை என்று அப்பா சொன்னார். மச்சி ட்ரீட் உண்டா என்றான் ராமச்சந்திரன். விருந்தில்லாத கல்யாணமா. அதெல்லாம் அமர்க்களப்படுத்திவிடலாம் என்று அவன் சொன்னான்.

இரண்டு பேரும் உட்கார்ந்து விருந்துக்கு மெனு எழுதினார்கள். இரவு விருந்து. மதுவுக்குப் பிறகான விருந்து. டின்னர் பஃபே ப்ளேட்டொன்றுக்கு இரண்டாயிரத்தி முன்னூறு என்று பேசி பதினைந்து பேரை போனில் அழைத்தார்கள். ஓலா ஆட்டோ வரவழைத்து கேஷ்ⓕவல்ஸ்ⓕக்குச் சென்று துணி எடுத்தார்கள். கோட் சூட்தான் இதற்கெல்லாம் பொருத்தம். ஆனால் அவன்

வேண்டாம் என்று சொல்லிவிட்டான். கேஷூவலாக இருப்போம். நமது வாழ்வில் இது ஒரு சம்பவம்தான். சமூகத்துக்குத்தான் சரித்திரம்.

டேய் ஃபர்ஸ்ட் நைட் உண்டா என்றான் ராமச்சந்திரன். பல நல்லிரவுகள் முடிந்துவிட்ட பிறகு இப்படி ஒரு கேள்வி. அபத்தத்தின் அழகியல். ராமச்சந்திரனுக்கும் தெரிந்ததுதான். ஆனாலும் கேட்பதில் இப்போது ஒரு சுகம். நல்லது நண்பா. என்ன வேண்டுமானாலும் கேள். கண்டிப்பாக முதலிரவு உண்டு.

பால் சொம்பு? பூ அலங்காரம்? டேய் நீ அவன் கால்ல விழுவியா? என்னதாண்டா பண்ணுவிங்க? ஒன்ன நீ எப்படி ஒய்ஃப் பொசிஷன்ல ஃபிக்ஸ் பண்ணிகிட்ட? அவன்தான் மேல் பார்ட்னர்னு டிசைட் பண்ணது அவனா நீயா? ஃப்ளாட் புக் பண்ணிட்டிங்களா? அக்கம்பக்கத்துல இருக்கறவங்க அப்ஜெக்ட் பண்ணாங்கன்னா?

இரவெல்லாம் உட்கார்ந்து பேசிக்கொண்டிருந்தார்கள். எல்லோருக்கும் கேள்விகள் இருக்கின்றன. ஆர்வக் குறுகுறுப்பு இருக்கிறது. தேசத்துடனும் கலாசாரத்துடனும் வரக்கூடிய சிக்கல களுடனும் எதிர்கொள்ள நேரும் பிரச்னைகளுடனும் பொருத்தி வைத்துப் பேசுவதில் ஒரு சுகம் இருக்கிறது. இருக்கக்கூடாது என்று நினைப்பது அபத்தம். இல்லாதிருந்தால் விசேஷம் என்று தோன்றினால் சரி.

ராமச்சந்திரன்தான் அதையும் கேட்டான். எதிர்காலத்தில் எப்போதாவ தேனும் யாராவது ஒரு பெண்ணைப் பிடித்துப் போனால்?

பிடிக்க வாய்ப்பில்லை என்று சொன்னால் புரியப் போவதில்லை. எனவே புன்னகை செய்தான். அவன் புன்னகை அவனுக்குப் பிடித்திருந்தது. எனவே அவனும் புன்னகை செய்தான்.

பொண்ணுங்கள பிடிக்கவேகூடாதான்ன? புடிச்ச பொண்ணெல்லாம் புடிச்ச தங்கச்சி. அவ்ளதான்.

எல்லோருமே வாழ்த்துச் சொன்னார்கள். எல்லோருமே கட்டிப் பிடித்து கைகுலுக்கினார்கள். எல்லோருக்குள்ளும் ஒரு எகத்தாளம் இருக்கத்தான் செய்யும். விட்டுச் சென்ற பிறகு ஒருவருக்கொருவர் போன் செய்து இன்னும் சில மணி நேரம் பேசுவார்கள். எல்லாம் தெரிந்ததுதான்; எல்லாம் உள்ளதுதான்.

இரவு முழுவதும் மொட்டை மாடியில் பேசிக் களைத்து அதிகாலை அனைவரும் கிளம்பினார்கள். மச்சான் ஒம்பதே காலுக்கு முகூர்த்தம். மறந்துடாதிங்கடா. ஈவ்னிங் ஏழு மணிக்கு சோழால மீட் பண்றோம்.

கிளம்பும்போது மீண்டும் ராமச்சந்திரன்தான் கேட்டான். கோச்சிக்கலன்னா இன்னும் ஒரே ஒரு கொஸ்டின்.

சொல்லு.

கல்யாணத்துக்கப்பறம் ஒருவேள அவன் செத்துட்டா? ஐமீன்.. இல்ல, நீ செத்துட்டா?

ஒரு கணம் அனைவரும் பேச்சற்றுப் போனார்கள். அவன் யோசித்தான். அவனும் யோசித்தான். ஆத்திரமூட்டக்கூடிய கேள்விதான். ஆனாலும் இதை யோசித்ததில்லை. அவன் கேட்பது விதவைத் திருமணம் பற்றி. அல்லது மனைவியை இழந்தவனின் மறுமணம் பற்றி.

தப்பா நெனச்சிக்காத மச்சான். கேக்கலன்னா எனக்கு மண்ட வெடிச்சிரும்.

நோ ப்ராப்ளம் என்றான் அவன். அப்ஸல்யூட்லி நோ ப்ராப்ளம் என்றான் அவன்.

பட் வி நீட்டு திங்க் அபவுட் திஸ். இது ஓடம்புலேருந்து மனசுக்குப் போன ஒறவுடா. கொஞ்சம் பேஜார்தான். யோசிச்சிட்டு சொல்றேன், ஓகேவா?

அவர்கள் கிளம்பிச் சென்றார்கள்.

திருமணம் முடிந்து இரவு பார்ட்டி ரகளையாக நடந்தது. வீட்டுக்குப் போகும் வழியில்தான் விபத்தானது. அவன் ஸ்பாட்டிலேயே செத்துப் போனான். பாதி வழியில் நண்பர்கள் அத்தனை பேரும் பதறியடித்துத் திரும்பி வந்தார்கள். அவன் கதறிக்கொண்டிருந்தான். ராமச்சந்திரன் தலையில் அடித்துக்கொண்டு அழுதான். என்னை சாவடிங்கடா.. எழவெடுத்த மூதேவி நான் ஏண்டா அப்படி ஒரு கேள்விய கேக்கணும்? நான் நல்லவன் இல்லடா.. எனக்கு நல்ல மனசு இல்லடா.. என் நாக்குல சனி இருக்குடா.. என்னைக் கொல்லுடா டேய்...

பழக்கமில்லாமல் வெகுநேரம் அழுததில் அவனுக்குத் தலை வலித்தது. மிகவும் சோர்வாக இருந்தது. நண்பர்கள் யார் யாருக்கோ போன் செய்து தகவல் சொல்லிக்கொண்டிருந்தார்கள். எப்படியும் காலைதான் பாடியை எடுக்க முடியும் என்றார்கள்.

அவன் மெல்ல எழுந்து தள்ளாடியபடி பாத்ரூமுக்குள் சென்று கதவை மூடிக்கொண்டான். சௌகரியமாக சுவரோரம் சாய்ந்து தரையில் அமர்ந்துகொண்டு பேண்ட்டின் ஜிப்பை அவிழ்த்தான்.

# உற்றார்

பூமியாகப்பட்டது, தன்னைத்தானே ஒருமுறை சுற்றி வந்தபோது, மீனாட்சி மாமியின் எண்பது வயதுக் கணவருக்குப் பக்கவாதம் வந்தது. அதே பூமி சூரியனையும் சுற்றி வந்தபோது மீனாட்சி மாமிக்கு ரத்த அழுத்தம் மிகவும் குறைந்து உடம்புக்கு முடியாமல் போய் ஆசுபத்திரியில் சேர்க்கப்பட்டார்.

காலனி முழுக்க அதுதான் பேச்சு. ஐயோ பாவம் மாமி. படுக்கையை விட்டு எழமுடியாத கணவரை நினைத்தபடியே ஆஸ்பத்திரியில் அவஸ்தைப்பட்டுக்கொண்டிருப்பார். பார்த்துக் கொள்ள ஆள் இல்லாமல் இல்லை. காலனியில் உள்ள முப்பது குடித்தனக்காரர்களுக்கும் மாமி என்றால், சொந்தமாகப் பெற்று எடுத்த அம்மாவைப் போல ஒரு இது. சிநேகிதங்களைத் தவிர சொத்து எதுவும் சேர்த்து வைத்திராத மாமி. கோடையில் இலை வடாமும் மாங்காய் வற்றலும் கொண்டைக்கடலை ஊறுகாயும் போட்டுக்கொடுத்து, வாடாத உறவுகளை எப்போதும் உறுதிப் படுத்திக்கொண்டுவிடுகிற மாமி.

மாமி, உங்களுக்கு மட்டும் கைமுறுக்கு எப்படி இப்படித் தாமரைப்பூவா அமையறது? மாமி, புளியோதரை வாசனை தூக்கி அடிக்கிறதே? மாமி, நீங்க காப்பிதான் போடறீங்களா? உங்க காப்பிக்குன்னு ஒரு ஸ்பெஷல் வாசனை எப்படியோ வந்துடறதே. மைகாட், மாமி எப்படி வீட்டை இவ்ளோ சுத்தமா வெச்சிக்கறேள்? பின்றேள் போங்கோ.

அற்ப விஷயங்களின் தேவதையாகத் தனது எழுபதாவது வயதில் மாமி அந்தக் காலனியில் அறியப்பட்டார். உடம்புக்கு முடியாத கணவரும், உதவிக்கு ஆளில்லாத வாழ்க்கையும் வருத்தம் தரக்கூடியவைதான். ஆனாலும் பிரச்னையில்லை. வாழ்க்கை அழகானது. அர்த்தமுள்ளதாக்க வேண்டியதும் அவசியமானதே. வலியச்சென்று ஒரு பாட்டில் ஊறுகாய் போட்டுக் கொடுத்து வாழ்நாள் விசுவாசத்தை வாங்கிவிட முடிகிறது. உடனடியாக எதுவும் பிரதியாகச் செய்யவேண்டுமென்பதில்லை. கட்டையைக் கிடத்தினால் எடுத்துப் போட நான்குபேர் வேண்டித்தானே இருக்கும்?

மாமி, மாமாவுக்கு சிசுருஷை செய்த நேரம் போக, சுலோக கிளாஸ் எடுக்கிறேன் என்று அறிவித்தார். பக்தி எப்போதும் விலைபோகக் கூடியது. வேலைகள் ஒழிந்த பதினொன்றரை மணிக்குப் பத்துப் பன்னிரண்டு பெண்கள் அவரிடம் சுலோகம் கற்றுக்கொள்ள வரத்தொடங்கினார்கள். ஸ்ரீசூக்தம். லஷ்மி அஷ்டோத்திரம். கனகதாரா ஸ்தோத்திரம். லலிதா சஹஸ்ரநாமம். மாமி, ஃபீஸ் எவ்ளோன்னு சொல்லுங்கோ. சீ போடி, அதெல்லாம் பேசப்படாது.

அவர்கள் மாமியிடமிருந்து நிறைய பெற்றவர்கள். அதனால் அவர்களுக்கு ஒரு பிரச்னையென்றால் யாரும் விட்டுவிடக் கூடியவர்கள் இல்லை. சி பிளாக் அகிலா, மாமாவுக்குக் காலை டிபன் கொடுக்கும் பொறுப்பை ஏற்றுக்கொண்டாள். ஏ-டூ சந்தான லட்சுமி மதிய உணவு தன்னுடையது என்று சொன்னாள். மாமா இரவில் சாப்பிடுவது வெறும் கஞ்சிதான். அது ஒரு பிரச்னையா? பக்கத்து போர்ஷனில் இருக்கிறேன். நான் செய்ய மாட்டேனா என்று காயத்ரி கேட்டாள். வருத்தப்பட்டு பாரம் சுமக்கிறவர் களுக்கு இளைப்பாற இடமில்லாமல் இல்லை.

மாமாவின் மாத்திரைகள், மாமாவின் பெட்-பேன், மாமாவின் டிரான்சிஸ்டருக்கு வீரியம் குறையா ட்யூராசெல், அவ்வப்போது சைகை செய்தால் நெஞ்சு நனைக்கக் குடிநீர், பக்கத்திலிருந்து எப்போதும் கவனித்துக்கொள்ள ஷிப்ட் முறையில் பொறுப்புள்ள நபர்.

மாமி, கவலையே படாதீர்கள். மாமாவைப் பார்த்துக்கொள்ள வேண்டியது எங்கள் பொறுப்பு. நீங்கள் நிம்மதியாக ட்ரீட்மெண்ட் முடித்துக்கொண்டு வீட்டுக்கு வாருங்கள் என்று காலனியே புடைசூழ்ந்து வாக்களித்தது. ஹெல்த் செண்டர் கட்டிலில் பலவீனமாகப் படுத்திருந்த மாமி, புன்னகையில் நன்றி

சொன்னாள். திக்கற்றவர்களுக்குத் திரும்பிய பக்கமெல்லாம் தெய்வங்கள்.

'என்னமோ போங்கோடி. நீங்கள்ளாம் எங்கெங்கேருந்தோ, யார் யார் வயித்துலயோ உதிச்சி வந்திருக்கேள். நான் என்ன பண்ணிட்டேன் உங்களுக்கெல்லாம்? இப்படிப் பெத்த தாய் மாதிரி பாத்துக்கறேளே.' குளூகோஸ் பாட்டில் ஒன்றிரண்டு ஏற்றப்பட்ட பிறகு மாமிக்குக் கொஞ்சம் பேச்சு வந்தது. ஆஸ்பத்திரியில் அதுவரை ஆன செலவை ஏ பிளாக் விசுவநாதன் பார்த்துக்கொண்டார் என்று தெரிந்ததும் மாமியின் விழியோரம் ஒரு சொட்டுக் கண்ணீர் தெரிந்தது. முப்பது வீட்டுக்காரர்களும் இப்போதே டிஸ்சார்ஜ் நிதி சேர்த்து காயத்ரியிடம் கொடுத்தனுப்பியிருக்கும் விஷயத்தைத் தாமதமாகச் சொன்னார்கள். மாமி மூக்கையும் கண்ணையும் சேர்த்துத் துடைத்துக்கொண்டார்.

'ஐயோ மாமி உணர்ச்சிவசப்படாதிங்கோ. பிபி ஏறிடப் போறது.'

'இறங்கினதுதானே பிரச்னை? ஏறட்டும், வீட்டுக்கு வந்துடுவா.'

எதிர்பார்ப்பவர்களை ஏமாற்றுவது அழகல்ல. மாமி சற்றே சிரிக்க முயற்சி செய்தார். திரும்பவும், வீட்டிலிருக்கும் தன் கணவரின் உடல்நிலை பற்றிக் கேட்டார். அவர் ஒழுங்காகச் சாப்பிடுகிறாரா? ஆறு முறை ஒன்றுக்குப் போகிறாரா? ஒரு பாட்டில் தண்ணீராவது முழுக்கக் குடிக்கிறாரா? மருந்து மாத்திரைகள்? சுவாமி அலமாரியில் குருவாயூரப்பன் போட்டோவுக்குப் பின்னால் மின்சார அட்டை இருக்கிறது. நாளைக்கு ட்யூ டேட். அட்டைக்குள்ளேயே பணமும் இருக்கிறது.

'நாங்க பாத்துக்கறோம் மாமி.'

'நெனவு தப்பி விழுந்ததுல எல்லாம் போட்டது போட்டபடி ஆயிடுத்தேடி. ஸிங்க்லே பத்துப்பாத்திரம் தேய்க்காம கிடக்கும்.'

'எல்லாம் தேய்ச்சாச்சு மாமி.'

'ஆருடி பண்ணினது?'

'காயத்ரி வீட்டு வேலைக்காரி போய் துலக்கிவெச்சிட்டு வந்துட்டா.'

'நன்னா இருக்கட்டும்.'

மாமி கண்களை மூடிக்கொண்டாள். கூடுதலாக மூச்சு வாங்குவதுபோல் இருந்தது. கொஞ்சம் அமைதி தேவை.

குடுகுடுவென்று ஓடிக்கொண்டிருந்தவரை ஒன்றுமே தெரியவில்லை. மாமா பக்கவாதம் வந்து விழுந்தபோதுகூட மாமி ஒருநாள்தான் அதிர்ச்சியில் இருந்தாள். மறு தினமே புடைவையை இழுத்துச் சொருகிக்கொண்டு தன் வேலைகளைப் பார்க்கத் தொடங்கி விட்டாள்.

'வேற என்ன பண்ணச் சொல்றேடி? கவலைப்பட்டுண்டு உக்காந்திருந்தா கஞ்சிக்கு யார் பொறுப்பு? என்னை அவர் தாங்கினார். அவரை நான் தாங்கத்தானே வேணும்?'

மாமா, பிடபிள்யூடியில் வேலை பார்த்து ரிடையர் ஆனவர் என்று மாமி சொல்லியிருக்கிறாள். காலனிக்கு அவர்கள் குடி வந்தபோதே ஓய்வுபெற்ற தம்பதியராகத்தான் வந்தார்கள். பிள்ளைகளும் பெண்களும் அமெரிக்காவில் இருப்பார்கள் என்று அக்கம் பக்கத்தில் ரொம்பநாள் வரைக்கும் பேசிக்கொண்டிருந்தார்கள். ஆனால் வீட்டில் ஒரு டெலிபோன் கனெக்?ஷன் கூட இல்லாதது உறுதியபோதுதான் மெல்ல விசாரித்தார்கள்.

'நாமிருவர் நமக்கிருவரெல்லம் ஊருக்கு. எங்களுக்கு, நமக்கு நாமிருவர். அவ்ளோதான்' என்று சிரித்தபடி மிளகாய்ப்பொடிக்கு வறுத்துக்கொண்டிருந்தார் மாமி.

'ஓ, சாரி மாமி' என்றாள் டி-4 லாவண்யா.

'எதுக்குடி சாரி? இருவத்தஞ்சு வயசுல கொஞ்சம் கஷ்டமா இருந்தது. எழுவத்தஞ்சுல என்ன கஷ்டம்? எல்லாம் பழகிண்டுடறதுல இருக்கு. தலைக்குமேல வெச்சு தாங்கற புருஷன் போதாதா? முப்பது வருஷம், ஒரு மாசம் தவறாம, புதுப்புடைவை வாங்கித் தந்திருக்கார். எந்த மனுஷன் செய்வான் சொல்லுங்கோ.'

மாமிக்குத் தன் கணவரைப் பற்றிப் பேச ஆரம்பித்தால் நேரம் போவது தெரியாது. அன்பான கணவர். அக்கறைமிக்க கணவர். பொதுப்பணியோடு குடும்பப் பணிகளிலும் குறை வைக்காத கணவர். ஓய்வு பெறும் வயது பொதுவானது. முதுமை பொதுவானது. நோய்கள் பொதுவானவை. ஓடிக்களைத்தவர் இன்று படுத்துக் கிடக்கிறார். அதனாலென்ன? மாமியால் இன்னும் ஓட முடிகிறதே. போதும்.

மாமாவின் பென்ஷன் ஏழாயிரமோ என்னவோ வருவதாக மாமி ஒருமுறை சொல்லியிருக்கிறார். இருவருக்குச் சாப்பாடு, வாடகை, மருந்து மாத்திரைகள். ஒரு அவசர ஆத்திரத்துக்கு மாமி என்னதான்

செய்வாள்? காலனிவாசிகள் ஊறுகாய் பாட்டிலுக்கும் சுலோக கிளாசுக்கும் மற்றதுக்குமாக எப்படியாவது முடிந்ததைக் கொடுக்க முயற்சி செய்துகொண்டேதான் இருந்தார்கள்.

ம்ஹ²ம். மூச்சு விடப்படாது.

'நீங்க பண்றது அநியாயம் மாமி. கடையிலே காசு குடுத்து வாங்கினா ஒரு பாட்டில் ஊறுகாய் என்ன விலை தெரியுமா?'

'என்னவா இருந்தா எனக்கென்னடி? என் பொழுதுபோக்குக்கு நான் ஊறுகாய் போடறேன். பிபி இருக்கு, நான் சாப்பிட முடியாது. வெச்சிண்டு என்ன பண்றது? நன்னா இருக்குங்கறேள். சப்பு கொட்டிண்டு சாப்பிடறேள். அதுவே திருப்தி. போதும் போ.' என்று சொல்லிவிடுவார்.

ஒரு சமயம் ஈ 14 சந்திரசேகரன் பிள்ளைக்குத் தீராத ஜ²ரம். ஆறு வயசுப் பையன். குரோசின் கொடுத்துப் பார்த்ததில் ஆரம்பித்து, ரத்தப்பரிசோதனை அளவுக்குச் சென்ற பிறகு பன்றிக் காய்ச்சல் என்று சொல்லிவிட்டார்கள். பதறிவிட்டது காலனி. சிங்கிள் பெட்ரூம் அபார்ட்மெண்டில் வசித்த சந்திரசேகரனுக்கு இரண்டு குழந்தைகள். இன்னொன்றுக்குத் தொற்றிக்கொண்டு விடப்போகிற தென்று அவர் தவித்த தவிப்பு சொல்லி மாளாது.

மாமிதான் தீர்மானமாகச் சொன்னாள். 'சந்துரு, குழந்தைய எங்காத்துல கொண்டுவந்து விட்டுடுங்கோ. நான் பாத்துக்கறேன்.'

வாய் வார்த்தைக்குச் சொல்பவரில்லை அவர். விடுவிடுவென்று சந்திரசேகரன் வீட்டுப் படியேறி, சுவரோரம் சுருண்டுகிடந்த பையனைத் தூக்கித் தோளில் போட்டுக்கொண்டு நேரே தன் போர்ஷனுக்குப் போய் தாழ்ப்பாள் போட்டுக்கொண்டுவிட்டாள்.

அச்சத்தில் ஒருவாரம் காலனி முழுக்கக் கதவு திறக்கவில்லை. விளையாடும் பிள்ளைகள் அத்தனை பேரையும் வீட்டுக்குள் அடைத்துவைத்தார்கள். ஆபீசுக்கு லீவு போட்டுவிட்டுக் குடும்பத்துடன் ஊருக்குப் போனார்கள். சந்துருவும் அவர் மனைவியும் மட்டும் மாமி போர்ஷனுக்கும் பிள்ளையார் கோயிலுக்கும் மருத்துவமனைக்குமாக நடந்தார்கள். பையன் பிழைத்து எழுந்தபிறகு மாமிக்கு மஞ்சள், குங்குமத்துடன் கோ ஆப்டெக்ஸ் புடைவை வைத்துக் கொடுத்து விழுந்து சேவித்து நன்றி சொன்னார்கள்.

'உங்க தைரியம் யாருக்கும் வராது மாமி.'

'என்ன பேசறே நீ? இதுக்கு தைரியம் என்னத்துக்கு? குழந்தை உசிரில்லையா முக்கியம்?'

எல்லோருக்கும் யாராவது பெரியவர்கள் வேண்டியிருக் கிறார்கள். எப்போதாவது ஆலோசனை கேட்க. எப்போதாவது ஆசி வாங்க. எப்போதாவது எண்ணி நெகிழ்ச்சியுற. மீனாட்சி மாமி, அந்தக் காலனியின் நடமாடும் பழுத்த பெண் தேவதையாக அறியப்படத் தொடங்கியது அதன்பிறகுதான். மாமி, பரீட்சைக்குப் போறேன். ஆசீர்வாதம் பண்ணுங்கோ. மாமி கரெக்டா எட்டரைக்கு காக்காய்க்கு சாதம் வைக்க வெளிய வருவா. அப்ப வீட்டை விட்டுக் கிளம்பு. மாமி, முடக்கத்தான் கீரையிலே தோசை பண்ணமுடியும்னு சொன்னிங்களே, எப்படி?

●

பூமி திரும்பவும் தன்னைத்தானே மூன்று முறை சுற்றிய பிறகு மாமியை ஹெல்த் செண்டரில் இருந்து டிஸ்சார்ஜ் செய்தார்கள். ஏகப்பட்ட டெஸ்ட் ரிசல்டுகளும் எக்ஸ் ரே, ஈசிஜி ரிப்போர்ட்டு களும் பெட்டி பெட்டியாக மாத்திரைகளும் மருந்து பாட்டில்களும் பிளாஸ்டிக் கூடையை நிறைத்தன. வாழ்நாளில் ஒருமுறைகூட மருத்துவப் பரிசோதனை என்று செய்துகொண்டிராத மாமிக்கு சர்க்கரை இருக்கிறது. ரத்த அழுத்தப் பிரச்னை இருக்கிறது. அடிக்கடி முதுகு வலி என்று சொல்வதை டாக்டரிடம் சொன்ன போது அப்டமன் ஸ்கேன் எடுக்கச் சொல்லி, சிறுநீரகத்தில் இரண்டு கற்கள் என்று தெரியவந்திருக்கிறது.

'மீனாட்சி மாமி, நீங்கள் ஜாக்கிரதையாக இருக்கவேண்டும். வயதுக்கேற்ற உழைப்பு போதும். ரொம்ப சிரமப்படுத்திக் கொள்ளாதீர்கள்.'

மாமி வழக்கம்போல் சிரித்தார். ஈஸ்வரன் சித்தம் என்று புத்தி போட்டுக்கொண்டார். டாக்டருக்கும் நர்ஸ்களுக்கும் ஆயாக்களுக்கும் நன்றி சொல்லி பிளாஸ்டிக் கூடையுடன் வெளியே வந்தார். காலனிவாசிகள் ஆட்டோ கூப்பிட்டு ஏற்றி அலுங்காமல் அழைத்துப் போனார்கள்.

உலகம் மாறவில்லை. உயிர்கள் மாறவில்லை. போட்டது போட்டபடி விட்டுச் சென்ற வீடு அப்படியேதான் இருக்கிறது. பக்கவாதத்தில் படுத்துக்கிடக்கும் மாமியின் கணவர் மெல்லத் திரும்பிப் பார்த்தார். மூன்றுநாளில் அவரிடமும் பெரிய மாற்றமில்லை. நல்லவர்கள் நன்றாகவே பார்த்துக்கொண்டிருக்கிறார்கள்.

மீனாட்சி, எப்படி இருக்கே? அவர் பார்வை கேள்வி கேட்கிறது. எனக்கு ஒண்ணுமில்லை. பதில் பார்வை பதில் சொல்கிறது. அறுபது வருடங்களுக்குமேல் சேர்ந்து வாழ்ந்துவிட்டவர்களுக்கு சொற்கள் அநாவசியம்.

மாமியின் கண்கள் நிறைந்திருந்தன. 'உங்களுக்கெல்லாம் எப்படி நன்றி சொல்லுவேன்? பெத்த பிள்ளைகள் மாதிரி என்னையும் என் ஆத்துக்காரரையும் பாத்துண்டிருக்கேள்.'

நெகிழ்ச்சியில் அவர் குரல் நடுக்கம் கண்டது.

'ஐயோ மாமி, என்ன பேசறிங்க? இது எங்க கடமை இல்லியா? ஏன் வேத்து மனுஷங்களா நினைக்கறிங்க?'

'சந்தோஷம்டி. போதும்டி எனக்கு. இந்த ஜென்மத்துக்கு இது போதும்டி பொண்ணுகளே.'

'இதோ பாருங்கோ மாமி, டாக்டர் சொன்னதெல்லாம் ஞாபகம் இருக்கு இல்லியா? இனிமே நீங்க பழையபடி சூப்பர் லேடி மாதிரி ஓடிண்டிருக்கப்படாது. உக்காந்த இடத்துல மாமாவ பாத்துக்கறதோட நிறுத்திக்கணும், ஆமா.'

மாமி சிரித்தார். 'எப்படிடி முடியும் கோகிலா? வேளைக்கு வயித்துல மணி அடிச்சுடறதே.'

'அந்தக் கதையெல்லாம் வேண்டாம். நீங்க இப்படி ஏதாவது சொல்லுவிங்கன்னு தெரிஞ்சிதான் நாங்க எல்லாரும் சேர்ந்து ஒரு ஏற்பாடு பண்ணியிருக்கோம்.'

'என்னதுடி?' என்றார் மாமி. திரும்பித் தன் கணவரை ஒருமுறை பார்த்துக்கொண்டார். உணர்ச்சியற்ற முகத்தில் அவர் வெளிப் படுத்துவதுதான் என்ன? புதிய ஏற்பாட்டை முன்னதாக அவரிடம் சொல்லியிருப்பார்களா?

'நல்ல இடம் மாமி. ஏ க்ளாஸ் சர்வீஸ். தனி ரூம் தந்துடுவா உங்க ரெண்டு பேருக்கும். ரூம்ல டிவி உண்டு. கட்டில் உண்டு. வேளைக்குச் சாப்பாடு. டாக்டர் உண்டு. ஹெல்ப்பர் உண்டு. காம்பவுண்டுக் குள்ளயே கோயில் இருக்கு. கடைசி வரைக்கும் ஒரு பிரச்னையும் இருக்காது. இருக்கறவா எல்லாரும் டீசண்ட் பீப்பிள். நீங்க செளக்கியமா இருக்கலாம்.'

'என்ன சொல்றேள் நீங்க? ஒண்ணும் புரியலியே' என்றார் மீனாட்சி மாமி.

'புதுசா திறந்திருக்கா மாமி. பேப்பர்லல்லாம்கூட விளம்பரம் வந்துதே, ஸ்டார் ஓல்ட் ஏஜ் ஹோம்.. பாக்கல நீங்க?'

மாமி பதில் சொல்லவில்லை. சில வினாடிகள் மௌனமாக இருந்தார்.

'என்ன மாமி? பேசமாட்டேங்கறேளே.'

சட்டென்று திரும்பிச் சிரித்தார். 'என்னடி பேசறது? பிள்ளை இல்லாத குறை தீர்ந்தது போ' என்று சொல்லிவிட்டு வேகமாக உள்ளே போனார். மாமா கண்ணை மூடிக்கொண்டு தூங்க ஆரம்பித்தார்.

# பேய் விடு தூது

குச்சிப் பாட்டிக்கு ஏன் அந்தப் பேர் வந்தது என்றெல்லாம் எனக்குத் தெரியாது. ஆனால் அந்தப் பாட்டி செத்துப் போனதை சாக்காக வைத்து துக்கம் கேட்கப் போகிற பாவனையில் மீனாட்சியைக் கிட்டத்தில் பார்த்துவிட்டேன். அடேங்கப்பா. எப்பேர்ப்பட்ட அழகி! இழுத்து எதிரே நிறுத்தி அதைச் சொல்லி விட வேணும்போல ஒரு தவிப்பு. எத்தனையோ பேர் நினைத் திருப்பார்கள். ஆனால் யார் நேரடியாகச் சொல்லியிருப்பார்கள்? ஆண் பிள்ளைகள் எல்லோரும் என்னைப் போலத்தான். வெறுங் கோழைகள். நினைத்துக்கொள்வதில் என்ன இருக்கிறது? அது ஒரு சொகுசு. கம்பளிக்குள் சுருண்டுகொண்டு குளிரைக் கொண்டாடுவது மாதிரி. அவ்வளவுதான். ஒரு வீரனுக்குத்தான் இதைச் சொல்ல வாய் திறக்கும். செருப்படி விழுந்தாலும் பரவாயில்லை என்கிற சுரணைகெட்டத்தனமும் கூடவே வேணும்.

ஏனென்றால், இந்தப் பெண் பிள்ளைகளுக்கு ஒரு கலியாண குணம் உண்டு. நீ அழகாக இருக்கிறாய் என்று யாராவது சொல்லுவதை ரொம்ப விரும்புவார்கள். ஆனால் அதென்னவோ கொலைக் குற்றம் மாதிரி அப்படி ஊரைக் கூட்டி ஆர்ப்பாட்டம் பண்ணிவிடவும் செய்வார்கள். மீனாட்சியே ஒன்றிரண்டு பயல்களை அவளது அப்பாவிடம் மாட்டிவிட்டிருக்கிறாள் என்று கேள்விப்பட்டேன்.

நான் அந்தளவு வீரனெல்லாம் இல்லை. அதற்காகக் கோழை என்று சொல்லிவிட முடியாது. பாருங்கள், ஒரு பேயை சிநேகிதம

பிடித்திருக்கிறேன். உங்களால் முடியுமா? செத்தாலும் முடியாது. ஓ, இல்லை. செத்தால் ஒரு வேளை முடியலாம். ஆனால் நான் உயிரோடிருப்பவன். ஆனால் ஒரு பேயின் ஃப்ரெண்ட்.

இதெப்படி என்று கேட்கிறீர்களா? சொல்கிறேன்.

அன்றைக்கு ராத்திரி நான் அறைக்குத் திரும்ப ரொம்ப நேரமாகி விட்டது. நைட் ஷோவுக்குப் போய்விட்டு நேரே வருவதென்றால் பன்னிரண்டரை மணிக்கே வந்திருக்கலாம். ஓட்டலுக்குப் போய் பார்சல் வாங்கிச் செல்லலாம் என்று நினைத்ததுதான் தப்பு. பார்சல்தான் ரொம்ப லேட்டாகிவிட்டது.

வாங்கிக்கொண்டு நடக்க ஆரம்பித்தேன். இன்னும் இரண்டு நீண்ட சாலைகள், ஒரு குறுக்குச் சந்து, ஒரு குப்பை மேடு இவற்றைக் கடந்தால்தான் நான் தங்கியிருக்கும் மென்ஷனுக்குப் போய்ச் சேரமுடியும். ஒரு ஆட்டோ பிடித்தால் அஞ்சு நிமிஷம்தான். அத்தனை சீக்கிரம் போய்ச் சேர்ந்து என்ன செய்யப் போகிறேன்? மீனாட்சியைத் தான் நினைத்துக்கொண்டு படுப்பேன். நினைத்துக் கொண்டு நடக்கவும் செய்யலாமே?

மீனாட்சி. மீனாட்சி. மீனாட்சி.

மீனாட்சிக்கு நகம் கடிக்கிற பழக்கம் இருக்கிறது.

மீனாட்சி. மீனாட்சி. மீனாட்சி.

மீனாட்சி கல்லூரியில் கடைசி வருஷப் படிப்பில் இருக்கிறாள். போன செமஸ்டரில் ஒரு பேப்பரில் ஃபெயில் வேறு ஆகியிருக்கிறாள்.

மீனாட்சி. மீனாட்சி. மீனாட்சி.

பிக்கல் பிடுங்கல் இல்லாத வீடு. அவளது அப்பா, வீட்டை ஒட்டியே ஒரு பெட்டிக்கடை வைத்திருக்கிறார். என்னை அவருக்குத் தெரியும். நான் தங்கியிருக்கும் மென்ஷனில் குடியிருப்போரில் அவரது கடையில் சிகரெட் வாங்காத ஒரே இளைஞன் நாந்தான். (பக்கத்துத் தெருவுக்குப் போய் வாங்குவேன்.)

மீனாட்சி. மீனாட்சி. மீனாட்சி.

மீனாட்சியை அவரொன்றும் கலெக்டர் உத்தியோகத்துக்குப் படிக்க வைக்கப் போவதில்லை என்பதை நானறிவேன். எவனோ ஒருத்தனைப் பிடித்துக் கட்டிவைத்துவிடத் தான் போகிறார். அந்த ஒருவன் ஏன் நானாக இருக்கக்கூடாது?

மீனாட்சி. மீனாட்சி. மீனாட்சி.

நான் சம்பாதிக்க ஆரம்பித்துவிட்டேன் அன்பே. ரேஷன் கார்டில் குடும்பத்தலைவனாகும் தகுதி எனக்கும் வந்துவிட்டது. நீ இன்னும் கிடைக்காதபடியால்தான் நேரம் கடத்த நைட் ஷோ போகிறேன். நீ வந்துவிட்டால் உன்னோடு மாலைக்காட்சிக்குத் தான் போவேன்.

மறந்துவிட்டேன் பார்த்தீர்களா? விஷயத்தை இன்னும் என் வீட்டுக்குச் சொல்லவில்லை. போன முறை என்னைப் பார்க்க ஊரிலிருந்து அப்பாவும் அம்மாவும் வந்திருந்தபோது விவரம் சொல்லி நேரடியாகப் பெண் கேட்கச் சொல்லலாமா என்று நினைத்தேன். அம்மாவை மீனாட்சியின் அப்பாவுடைய பெட்டிக் கடைக்கு அழைத்துச் சென்று அறிமுகப்படுத்திக்கூட வைத்து விட்டேன். நல்ல மனுஷன். இங்கே ஒரு அவசர ஆத்திரத்துக்கு இவருடைய கடைதான் எங்களுக்கெல்லாம். நடு ராத்திரி எழுப்பிக் கடை திறக்கச் சொன்னாலும் பன்னும் பழமும் கொடுப்பார். பெரிய பரோபகாரி.

அறிமுகம் போதாது? ஆனாலும் ஏனோ மீனாட்சி விஷயத்தை எடுக்க முடியவில்லை. சரி போ, அப்புறம் பார்த்துக்கொள்ளலாம் என்று இருந்துவிட்டேன். கதாநாயகியான மீனாட்சியிடமே இன்னும் சொல்லவில்லை. அவள் என்ன நினைப்பாள் என்று தெரியவில்லை. அதற்குள் அம்மாவிடம் சொல்லி என்ன பயன்?

இவ்வாறாக நான் மீனாட்சியைக் குறித்து யோசித்தபடியே நடந்து கொண்டிருக்கும்போதுதான் அந்தக் குப்பை மேட்டுக்குள் இருந்து ஒரு குரல் வந்தது. 'டேய், ரொம்பப் பசிக்குதுடா. கையில இருக்கற பார்சல குடுத்துட்டுப் போயேன்.'

'யாரு?'

குரல் வந்த திசையில் தேடிப் பார்த்தேன். ஆள் யாரும் இல்லை. எனவே மீண்டும் கேட்டேன், 'யாரு?'

'அதெல்லாம் ஒனக்கு வேணா. எனக்குப் பசிக்குது. கையில பிரியாணிதான்? அப்படி அந்த குத்துக்கல்லு மேல வெச்சிட்டுப் போயிடேன். இப்பந்தின்னேன்னா ஒரு பத்து நாளைக்குப் பசிக்காது.'

எனக்கு சிரிப்பு வந்துவிட்டது. யாரோ பாவம் பரம தரித்திரவாசி. பொட்டலத்தின் வாசனை பிடித்து சரியாகக் கேட்டுவிட

முடிந்திருக்கிறது. ஒழியட்டும் என்று அந்தக் கல்லின்மீது பிரியாணி பொட்டலத்தை வைத்தேன்.

'நீ போ. தள்ளிப் போயிரு.'

தபார்றா என்று நினைத்துக்கொண்டு கண்டுகொள்ளாமல் செல்பவன் மாதிரி நாலடி நகர்ந்து போனேன். ஆனால் நான் கில்லாடி அல்லவா? நடந்த வாக்கிலேயே சரேலென ஒரு அபவுட் டேர்ன்.

அடக்கெரகமே. கல்லின்மீது நான் வைத்த பிரியாணிப் பொட்டலத்தை இப்போது காணோம்! தடதடவென்று அந்தக் குப்பை மேட்டின் மீது ஏறி ஒரே தாவாக அந்தப் பக்கம் எகிறிக் குதித்து ஒரு முழு சுற்று சுற்றி முடித்துப் பார்த்தும் யாரையும் காணோம். என் காலெல்லாம் நாற்றம் பிடித்துக்கொண்டதுதான் மிச்சம்.

'ஏய்.. நீ யாருன்னு சொல்லு? எங்க ஒளிஞ்சிட்டிருக்க? வெளிய வா.' என்று சத்தம் போட்டேன்.

ம்ஹூம். பதில் இல்லை.

இதென்ன கயவாளித்தனம்? பிரியாணி கொடு என்று கேட்டு வாங்கிச் சாப்பிடத் தெரிகிறது. நேரில் பார்த்து ஒரு நன்றி சொல்ல வக்கில்லாது போய்விடுமா? இது மட்டும் பகலாக இருந்திருந்தால் நடந்திருப்பதே வேறு. சரி போ. காசுக்குக் கேடு. இன்று நமக்கு பிரியாணி கொடுத்துவைக்கவில்லை. அறைக்குப் போனால் இரண்டு மலைப்பழங்கள் இருக்கும். சாப்பிட்டுவிட்டுத் தண்ணீர் குடித்துவிட்டுப் படுக்கவேண்டியதுதான்.

இப்படியாக நான் மனத்துக்குள் சமாதானம் செய்துகொண்டு கிளம்ப நினைத்தபோது மீண்டும் அந்தக் குரல் வந்தது. 'ரொம்ப நன்றி. இது பெரிய உதவி. மறக்கமாட்டேன்.'

இப்போதுதான் எனக்கு மெலிதாக ஒரு பயம் வர ஆரம்பித்தது. ஒருவேளை நிஜமாகவே பேயாக இருக்குமோ?

நான் கேட்டேன், 'நீ யாரா இருந்தாலும் பரவால்ல. நேர்ல வா. நான் ஒன்ன பாக்கணும்.'

'எனக்கு உருவம் இல்லடா. இருந்திருந்தா வந்திருக்க மாட்டனா?'

'எழவே. மூஞ்சி இல்லாத முண்டத்துக்கு பசி மட்டும் இருக்குதாக்கும்.'

எனக்குத் தெளிவாகத் தெரிந்தது. என் பயம்தான் என் குரலில் கோபத்தை ஏற்றி அனுப்பிக்கொண்டிருந்தது. இது ஏதடா வம்பாப்

போச்சு? போயும் போயும் ஒரு பேயிடம் மாட்டிக் கொள்வதாவது? அதுவும் யாராவது ஒருத்தன் பிரியாணி கொடுத்துப் புதை குழிக்குள் விழுவானா?

என் பயமும் கலவர உணர்வும் அதற்குப் புரிந்துவிட்டது போலிருக்கிறது. 'பயப்படாத. ஒன்ன நான் ஒண்ணுஞ்செய்ய மாட்டேன். ஒன்னன்னு இல்ல. யாரையுமே ஒண்ணுஞ்செய்யிற ஜாதி நான் இல்ல. இருந்த வரைக்கும் நல்லதா எதுவும் பண்ணல. அதுக்கே இப்படி ஒரு அவஸ்த. இப்ப பேயா திரியறப்பவேற பாவத்த தேடிக்கணுமா? அதெல்லாம் மாட்டேன். நீ பயப்படாத.'

'நீ.. நீ நிஜமாவே பேயா?'

'ஆமாமா. இன்னுமா ஒனக்கு சந்தேகம் தீரல? அதான் சுத்திப் பாத்தியே? ஆளு யாரும் கண்ணுல பட்டாங்களா?'

'இல்ல. அதான் குழப்பமா இருக்கு.'

'குழப்பமே வேணாம். நான் பேய்தான். ஆனா ஒண்ணுஞ்செய்ய மாட்டேன். நீ எனக்கு பசியாத்தியிருக்க.' மீண்டும் உறுதியளித்தது.

எனக்கு நெஞ்சுக் குழியெல்லாம் உலர்ந்து போய்விட்டது. இடமும் காலமும் மறந்து உடல் நடுக்கம் ஒன்றே சாசுவதம் என்று தோன்றிவிட்டது. அது போய்விடு என்று சொன்னபோதே போயிருக்கலாம். நான் ஏன் நின்றேன்? இந்த அசட்டுத் துணிச்சல் மீனாட்சியிடம் காதலைச் சொல்ல மட்டும், வருவேனா என்கிறது. என்ன ஜென்மம் நான்?

'ஆச்சி. சாப்ட்டு முடிச்சிட்டேன். நான் போயி தண்ணி குடிக்கறேன். நீ கௌம்பு. வீடு போய் சேரு.'

திடுக்கிட்டு மீண்டும் ஒருதரம் சுற்றிப் பார்த்தேன். 'ஏய் இரு. நீ பேய்னு நான் எப்படி நம்பறது?'

'நீ எதுக்கு நம்பணும்? பேய்க்கே பிரியாணி போட்டவன், மனுசனுக்கு என்ன வேணா செய்வ. நல்ல மனசு ஒனக்கு. நீ நல்லாருப்ப. போயிட்டு வா.'

'இந்தா பாரு.. எனக்கு உன் ஆசீர்வாதமெல்லாம் வேணாம். ஒரு ஹெல்ப் பண்ணுவியா?'

இதை எப்படிக் கேட்டேன் என்று தெரியவில்லை. ஆனால் கேட்டுவிட்டேன்.

சில வினாடிகள் பதில் ஏதும் வரவில்லை. பேய் தண்ணீர் குடிக்கப் போய்விட்டது போலிருக்கிறது என்று நினைத்துக்கொண்டு நான் கிளம்பும்போது, 'என்ன செய்யணும் சொல்லு?' என்று குரல் வந்தது.

கொஞ்சம் யோசித்தேன். ம்ஹூம். இதெல்லாம் பெரிய விவகாரம். எடுத்தேன் கவிழ்த்தேன் என்று மடத்தனம் பண்ணிவிடக் கூடாது.

'அதெல்லாம் ஒண்ணுமில்ல.. நான் வரேன்' என்று விறுவிறு வென்று நடக்கத் தொடங்கிவிட்டேன். எங்கே அது துரத்திக் கொண்டு அறை வரைக்கும் வந்துவிடுமோ என்று பயம்தான். நல்லவேளை, அப்படி எதுவும் ஆகவில்லை.

ஒரு நாலைந்து நாள் அந்தப் பக்கமே போகவில்லை. ஆனால் அந்தப் பேயை நினைக்காதிருக்க முடியவில்லை. வாழ்வில் மனிதாபிமானமும் நல்ல மனமும் கொண்ட ஒரு பேயைச் சந்திப்பேன் என்று நான் எண்ணிப் பார்த்திருப்பேனா. சொன்னால் கூட யாரும் நம்பமாட்டார்கள். அதுசரி, எதற்கு நம்பவேண்டும்?

அந்த வாரம் முழுவதும் ஆபீசுக்குப் போய் வேலை பார்த்துவிட்டு வாரக் கடைசியில் வழக்கம்போல் நைட் ஷோ பார்த்துவிட்டு மறக்காமல் பிரியாணி வாங்கிக்கொண்டு திரும்பும்போது மீண்டும் அந்தப் பேயை நினைத்தேன். இந்த முறை வேண்டுமென்றேதான் அந்தக் குப்பை மேட்டுப் பக்கமாகப் போனேன். அதே குத்துக்கல். ஒரு கணம் நின்று சுற்றிப் பார்த்தேன். குரல் ஏதும் வரவில்லை. ஆனாலும் பிரியாணிப் பொட்டலத்தை அந்தக் கல்லின்மீது வைத்தேன்.

ஒரு நிமிஷம் முழுதாக ஓடியிருக்குமா? பிரியாணிப் பொட்டலம் மறையவில்லை. ஆனால் பேய் வந்துவிட்டது. 'எனக்கு இப்ப பசியில்லெ. போனவாரம் சாப்ட்ட பிரியாணி இன்னும் மூணு நாளைக்கித் தாங்கும்.'

நான் பதிலேதும் சொல்லாமல் பொட்டலத்தை எடுத்துக் கொண்டேன்.

'என்னமோ உதவி வேணுன்னு சொன்னியே. என்னன்னு சொல்லேன்?'

'அதெல்லாம் ஒண்ணுமில்ல. சும்மா நீ பேய்தானான்னு டெஸ்ட் பண்றதுக்கு சொன்னேன். விட்டுடு. அத மறந்துடு.'

'இல்ல பரவால்ல சொல்லு. என்னால முடிஞ்சா செய்வேன். ஒரு நாலஞ்சு ஹெல்ப் பண்ணியாவது இந்த நாறப் பொழப்ப தாண்ட முடியுதா பாக்கறேன்.'

இப்போது எனக்கு சுவாரசியமாகிவிட்டது. பேய்க்குப் பரலோக ப்ராப்தி தேவைப்படுகிறது. சிறு உதவிகளின் மூலம் அது சாத்தியமா? தெரியவில்லை. பரீட்சை செய்து பார்த்துவிடுவதில் ஒன்றும் பிழையில்லையே? சரிதான், எனக்கும் ஒரு காரியம் ஆகவேண்டியிருக்கிறது. ஏ அன்பான பேயே, நான் மீனாட்சியை விரும்புகிறேன். ஆனால் அவளிடம் அதை எப்படிச் சொல்லுவதென்று தெரியவில்லை. என் சார்பாக நீ அவளிடம் எப்படியாவது என் மனத்தில் இருப்பதைப் புரியவைக்க முடியுமா?

ஒரு வழியாகச் சொல்லிவிட்டேன். பேய் சில நிமிடங்கள் யோசிப்பதற்கு எடுத்துக்கொண்டது. பிறகு, சரி முயற்சி செய்கிறேன்; நீ ஒரு மாதம் கழித்து வா' என்று சொன்னது. சரிதான். பேயே ஒரு மாதம் கேட்கிறதென்றால் பெரிய பிராஜக்ட்தான்.

அடுத்த வாரம் ஊரில் இருந்து என் அம்மாவும் அப்பாவும் என்னைப் பார்க்க வந்தார்கள். 'டேய் ஒனக்கு பொண்ணு பாத்திருக்கம்டா' என்று உள்ளே நுழையும்போதே அம்மா அறிவித்துவிட்டாள்.

'யாரு?' என்றேன் அசுவாரசியமாக.

'எல்லாம் ஒனக்குத் தெரிஞ்ச பொண்ணுதாண்டா.. இந்த மேன்ஷனுக்கு எதிர் சைடுல பொட்டிக்கடை வெச்சிருக்காரே நீராத்து பாண்டி, அவரோட பொண்ணு மீனாட்சி.'

மீனாட்சியா!

அம்மா சொன்னதை என்னால் நம்பவே முடியவில்லை. போனமுறை அம்மா வந்திருந்தபோது எதிர்க் கடைக்கு அழைத்துச் சென்று அறிமுகம் செய்து வைத்தேன் அல்லவா? அன்றைக்கே மீனாட்சியின் அப்பா என் அம்மா அப்பாவிடம் பேச்சுக் கொடுத்து என்னைப் பற்றி விசாரித்திருக்கிறார். என் உத்தியோகம், சம்பளம், உடன் பிறந்தோர், ஊரில் இருக்கும் நிலம் நீச்சு என்று சகலமான சேதிகளையும் பேசியிருக்கிறார்கள். மீனாட்சியின் போட்டோவைக் கொடுத்து, ஜாதகம் இருந்தா அனுப்புங்க, பாப்பம் என்று கேட்டிருக்கிறார். அப்பா ப்ரொபஷனல் கூரியரில் ஜாதகம் அனுப்பி, பொருத்தம் பார்ப்பது வரை நடந்திருக்கிறது.

'தெனம் பாக்கற புள்ளதான? படிச்சிருக்க. வேல பாக்குற. சம்பாதிக்கற. அவருக்கு கல்யாண வயசுல பொண்ணு இருக்குது. சரியா இருந்தா முடிக்கலாம்ணு நினைக்கறது ஒரு அதிசயமா?'

எனக்கு அதன் பிறகு எல்லாமே அதிசயமாகத்தான் இருந்தது. அடுத்த பத்து நாளில் கல்யாணமே முடிந்துவிட்டது. மீனாட்சியின் அப்பாவே எனக்கு நாலு தெரு தாண்டி ஒரு வீடு பிடித்துக் கொடுத்துக் குடி வைத்துவிட்டார். ஆபீஸ் போய்வர ஒரு ஸ்கூட்டர் வேறு வாங்கிக் கொடுத்திருந்தார்.

என் பதட்டப் பரவசமெல்லாம் தணிய மேலும் பத்து நாள் தேவைப்பட்டது. மீனாட்சியுடன் அந்த வார இறுதியில் ஒரு சினிமாவுக்குப் போயிருந்தேன். இண்டர்வலில் மீனாட்சி சொன்னாள். அவளது பாட்டிதான் முதல் முதலில் என் பேரை அவர்கள் வீட்டில் எடுத்தாளாம். துக்கம் கேட்கப் போனேனே, அந்தப் பாட்டி. 'அந்தப் புள்ள பாக்க லச்சணமா இருக்காண்டா.. நல்லா சம்பாதிக்கிறான். நம்ம மீனாச்சிக்குப் பாக்கறதுன்னா பாரு.'

அன்றிலிருந்தே மீனாட்சியின் அப்பா என்னை கவனிக்க ஆரம்பித்திருக்கிறார். எல்லாம் பிடித்துப் போனபோதுதான் ஜாதகம் அனுப்பக் கேட்டிருக்கிறார்.

மீனாட்சி சொன்னாள். 'ஆனா பொருத்தமெல்லாம் பாக்கவேயில்ல தெரியுமா? பாத்துட்டதா சொன்னாங்க. அவ்ளதான்.'

'ஏன்?'

'வீட்டுல ஒரு பெரிய சாவு விழுந்தா உடனே ஒரு நல்ல காரியம் பண்ணிரணும்னு ஐதீகம். செத்துப் போன பாட்டி எங்கப்பா கனவுல வந்து முன்னாடி சொன்னத திரும்ப ஒருதடவ ஞாபகப் படுத்தியிருக்கா. அதுக்குமேல எங்கப்பா யோசிக்கவேயில்ல. உடனே உங்கப்பாவுக்கு லெட்டர் எழுதிப் போட்டுட்டாரு.'

அதற்குமேல் எனக்குப் படத்தில் மனம் தோயவில்லை. மீனாட்சியை வீட்டில் கொண்டு போய் விட்டுவிட்டு பிரியாணி வாங்கப் போகவேண்டும் என்று நினைத்துக்கொண்டேன்.

# 108 வடைகள்

ஆஞ்சநேயர் தயாராக இருந்தார். அலங்காரம் முடிந்துவிட்டது. ஆபரணாதி விஷயங்களை பட்டர் அமர்க்களமாகச் செய்து முடித்து, விளக்குத் திரியைத் தூண்டிச் சுடர வைத்தார். வியர்வையைத் துடைத்துக்கொண்டு சந்நிதியை விட்டு வெளியே வந்தார். ஆச்சு. நாலு வரி மந்திரம். வடைமாலை சாத்திவிட வேண்டியதுதான். இன்றைய உபயதாரருக்கு என்ன செய்யலாமென்று ஆஞ்சநேயர் எண்ணியிருக்கிறார்?

யோசித்தபடியே சந்நிதியைத் திரும்பிப் பார்த்தார் பட்டர். மணமும் கனமுமாக மேனியெங்கும் பரவிக்கிடக்கும் சாமந்தி, ரோஜா, மல்லி, துளசி மாலைகளுக்கு நடுவே ஒரு கிரிக்கெட் பந்து அளவுக்கு ஆவின் வெண்ணெய் அலங்கரித்துக்கொண்டிருக்கிறது. பட்டரின் கலை உள்ளம் சாதாரணமானதல்ல. வெண்ணெய்ப் பந்தின் நடுவே அவர் வைத்திருக்கும் சிறு செந்தூரப் பொட்டு ஐம்பதடி தூரத்திலிருந்து பார்த்தாலும் தெரியும். வெண்ணெய் போல் இளகிக் குளிர்ந்த நெஞ்சம் ஆஞ்சநேயருடையது. ஆளைச் சரியாக அளந்து அள்ளிக்கொடுப்பதில் விற்பன்னர். விவகாரம் பிடித்த ஆசாமி என்றால் விளையாடிப் பார்க்கத் தயங்காதவர். வடை விஷயத்தில் அவரது தீராத விளையாட்டுகள் பிராந்திய மெங்கும் பிரசித்தமானது. இன்னும் தினத்தந்தியில் வராதது ஒன்றுதான் மிச்சம். விரைவில் அதற்கும் ஆவன செய்யச்சொல்லி செட்டியாரிடம் பட்டர் சொல்லியிருக்கிறார்.

பத்திரிகைகளுக்கென்ன? விஷயம் தெரிந்துவிட்டால் வரிந்துகட்டிக் கொண்டு எழுதித் தள்ளிவிட மாட்டார்களா? இன்னும் காலம் வரவில்லை என்று செட்டியார் நினைக்கிறார் போலிருக்கிறது. கோயில் கண்ட கோமகன். அதிகப் பிரபலம் துரித சிக்கல் என்றும் எண்ணியிருக்கலாம். ஆனால் ஆஞ்சநேயர் புகழை அப்படி யொன்றும் வெகுநாள் ஒளித்துவைத்துவிட முடியுமென்று பட்டருக்குத் தோன்றவில்லை. செய்கிற காரியம் அத்தனை அற்பமானதா என்ன?

அவருக்கே முதலில் வெகுநாள்வரை அப்படியொரு விளையாட்டு நடக்கிற விஷயம் தெரியாமல்தான் இருந்தது. தினமும் யாராவது என்னவாவது வேண்டிக்கொள்கிறார்கள். வடைமாலை சாத்துகிறார்கள். அர்ச்சனை முடிந்ததும் பிரசாதத்தை வாங்கிக் கொண்டு, சாஸ்திரத்துக்குப் பத்து வடைகளை பக்தர்களுக்கு வினியோகித்துவிட்டு, மிச்சத்தைத் தூக்குவாளியில் வீட்டுக்கு எடுத்துச் சென்று சாம்பார் சாதத்துக்குத் தொட்டுக்கொண்டு சாப்பிடுகிறார்கள். வேண்டிக்கொண்டாலும் வடை. வேண்டுதல் நிறைவேறினாலும் வடை.

வேண்டுபவர் பார்வையிலிருந்தே இதனை கவனித்துவந்தவரை வித்தியாசம் ஏதும் தெரியவில்லை. தற்செயலாகத்தான் பட்டர் ஒருநாள் வடையின் பார்வையிலிருந்து கவனிக்க ஆரம்பித்தார். நூற்றி எட்டு வடைகள். சாத்திய மாலையை எடுத்து உதிர்த்துக் கொடுத்துவிடுவதோடு அவர் பங்கு முடிந்துவிடும். கோக்கும் போது எண்ணுவார். சரியாக நூற்று எட்டு. உதிர்க்கும்போது எண்ணுகிற வழக்கமோ அவசியமோ அவருக்கு ஏற்பட்டதில்லை.

அப்படி ஏற்பட்ட அன்று விஷயம் புரிந்தது.

'என்ன சாமி, நூத்தி எட்டுல ஒண்ணு குறையுது?' யாரோ மாலையிட்ட மன்னவர் சந்நிதியில் வைத்தே எண்ணிப் பார்த்துக் கேட்டுவிட்டார். பட்டருக்கு என்னவோ போல் ஆகிவிட்டது.

'இல்லியே? சரியாத்தானே இருக்கும்? எண்ணித்தானே கோத்தேன்?'

'பாருங்க. நீங்களே எண்ணிருங்க.'

பக்தர்களும் ஆஞ்சநேயரும் பார்த்துக்கொண்டிருக்கிறார்கள். கடவுளே, இதென்ன புதுச்சிக்கல்? பட்டர் பதற்றத்துடன் எண்ணினார். இரண்டுமுறை எண்ணியபோதும் நூற்று ஏழுதான் வந்தது. அவருக்குப் புரியவில்லை. வீட்டில் வடை தயாரானதும்

எண்ணித்தான் எடுத்துவந்தார். கோக்கும்போதும் நூற்றெட்டு ராமநாமங்களைச் சரியாகத்தான் உச்சரித்தார். ஆனாலும் கணக்கு உதைக்கிறது. எங்கே போனது அந்தக் கடைசி வடை?

உபயதாரர் போய்விட்டார். பட்டருக்குத்தான் அன்று தூக்கம் வரவில்லை. ஆஞ்சநேயா, எங்கே பிரச்னை?

மறுநாள் அந்த உபயதாரர் ஓடி வந்தார். 'சக்திவாய்ந்த சாமிங்க! எம்புள்ளைக்கு யு.எஸ். விசா கிடைக்கணும்னு வேண்டிக்கிட்டு வடைமாலை சாத்தினேன். எப்பவும் கண்ட கேள்வி கேட்டுக் கழுத்தறுக்கறவங்க இன்னிக்கி இவன் எதிர்ல போயி நின்னதும், வாயத் தொறக்காம விசா குடுத்துட்டாங்களாம்.'

தொலைந்துபோன ஒருவடை பற்றிய சிந்தனை அதன்பின் பட்டருக்கு இல்லாமலானது. மேலும் மேலும் தினமும் வடைமாலைகள் சாத்தப்பட்டன. வேறு வேறு உபயதாரர்கள். வேறு வேறு பிரார்த்தனைகள். எத்தனை பேருக்கு பலித்தன? எத்தனை பேர் இன்னும் வெயிட்டிங் லிஸ்டில் இருக்கிறார்கள்?

பட்டருக்குத் தெரியாது. திரும்பவும் அது தெரிய ஒரு சந்தர்ப்பம் நேர்ந்தது. அதே பிரச்னை. சாத்திய புண்ணியவான் எண்ணிப் பார்த்ததில் ஒரு வடை குறைந்தது. இவர், நின்றுபோன தம் மகளின் திருமணம் திரும்ப நடக்க வேண்டி ஆஞ்சநேயரைத் தேடி வந்தவர். பட்டருக்குப் பழக்கமான மனிதர்.

'எப்படின்னு தெரியல்லே எனக்கு. நூத்தெட்டு வடை எண்ணித்தான் கோத்தேன். இப்ப உதிர்க்கும்போது ஒண்ணு குறையறது. நீங்க ஒண்ணும் தப்பா நினைச்சிக்க வேண்டாம்.'

அவர் ஒன்றும் நினைத்துக்கொள்ளவில்லை. நூற்று ஏழையும் பக்தர்களுக்கு விநியோகித்துவிட்டு வீடு போய்ச் சேர்ந்தார்.

மறுநாளே ஓடி வந்தார். 'பட்டரே என்னால நம்பவே முடியல. நிச்சயதார்த்தம் முடிஞ்சப்பறம் இந்தக் கல்யாணம் வேண்டாம்னு முறுக்கிட்டுப் போன மாப்ள வீட்டுக்காரங்க, வீடு தேடி வந்து மன்னிப்பு கேட்டுட்டு நாள் குறிக்கச் சொல்லிட்டுப் போயிட்டாங்க ஓய்! உங்க ஆஞ்சநேயர் பெரியாளுதான்!'

பட்டருக்கு ஆச்சர்யம் தாங்கவில்லை. நிஜமா? அப்படியும் இருக்குமா? யாருக்காவது உடனடியாக அருள் பாலிப்பது என்று முடிவு செய்துவிட்டால் ஆஞ்சநேயர் நூற்று எட்டில் ஒரு

வடையை அதற்கான டோக்கன் அட்வான்ஸாகத் தானே சாப்பிட்டுவிடுகிறாரா என்ன?

வெளியே சொல்லவில்லை. ஆனால் அன்று முதல் மாலையை எண்ணிக் கோப்பதுபோல் எண்ணி அவிழ்க்கவும் ஆரம்பித்தார். சில நாள் நூற்றெட்டு வடைகள் சரியாக இருக்கும். சில நாள் சரியாக நூற்றி ஏழுதான் இருக்கும். ரகசியத்தைத் தன் மனத்துக்குள் பூட்டிவைத்துக்கொண்டு உபயதாரரிடம் மெல்லப் பேச்சுக் கொடுப்பார் பட்டர்.

'என்ன வேண்டுதல் நமக்கு?'

சம்பந்தப்பட்டவர் விருப்பமிருந்தால் உள்ளதைச் சொல்லுவார்.

'கவலைப்படாதிங்கோ. நாளைக்கு விடிஞ்ச நாழிக்கு நல்ல சேதி வரும்' பொதுவில் நல்லவார்த்தை சொல்லிவிட்டு பட்டர் சந்நிதிக்குள் போய்விடுவார்.

சொல்லிவைத்த மாதிரி மறுநாள் காலை சம்பந்தப்பட்ட உபயதாரர் ஓடி வருவார்.

'பட்டரே, உங்க வாய்க்கு சர்க்கரை போடணும். நடந்துடுச்சி! நடந்துடுச்சி!'

பட்டருக்குப் புரிந்துவிட்டது. இவர் சாதாரண ஆஞ்சநேயர் இல்லை. நிஜமான சக்திமான். வடையில் இருக்கிறது விடை!

செட்டியார் வீட்டுக்குப் போய் விஷயத்தைச் சொன்னார்.

'என்னாலயே நம்ப முடியல்லே செட்டியார்வாள். ஆனா நடக்கறது நிஜம்.'

'அப்படின்னா?'

'உங்களுக்கு ஆயிரம் ஜோலி. ஏகப்பட்ட பிசினஸ். இந்தக் கோயிலைக் கட்டினது புண்ணியத்துக்காக. ஆனா ஒண்ணு. நல்ல மனசோட கட்டியிருக்கேள். அதனாலதான் இப்படிப்பட்ட அற்புதமெல்லாம் நடக்கறது.'

'புரியல ஐயிரே.'

'கஷ்டம்தான். சாத்தற வடைமாலைல அனுமார் ஒண்ணை எடுத்துக்கறார்'னு சொன்னா கலிகாலத்துல என்னைப் பைத்தியம்னு சொல்லுவா. ஆனா அதான் சத்தியம். ஒண்ணில்லே,

ரெண்டில்லே.. ஏழெட்டு தடவை செக் பண்ணிட்டுத்தான் உங்ககிட்ட விஷயத்தைச் சொல்லவே வந்தேன்.'

செட்டியார் தீவிரமாக யோசித்தார். அப்படியா? நான் கட்டிய கோயிலிலிலா? அற்புதம் நடக்கிறதா? இது மற்றவர்களுக்குத் தெரியுமா?

'ம்ஹூ'ம். நான் மூச்சு விடலே! ஆனா தெனமும் சாத்தற மாலைல இருக்கற வடைகளை எண்ணிப் பாக்காம இருக்கறதில்லே. கரெக்டா நூத்தெட்டு இருந்தா சாதாரணம். ஒண்ணு குறைஞ்சிருந்தா விசேஷம். மறுநாள் அவாளுக்கு நெனச்ச காரியம் கைகூடிடும்.'

'சரி, பாப்போம்' என்று சொல்லிவிட்டுச் செட்டியார் அவரை அனுப்பிவிட்டார். மறுநாள் முதல் தினமும் மாலை ஆறு மணிக்குத் தவறாமல் அவர் தான் கட்டிய கோயிலுக்கு வர ஆரம்பித்தார். வடைமாலை சாத்துகிற வேளை.

பட்டர் மாலை சாத்துவார். செட்டியார் பேசாமல் ஓர் ஓரமாக நின்று கவனிப்பார். பூஜை முடிந்து நைவேத்தியம் ஆனதும் மாலையைக் கழற்றி எண்ணி உதிர்ப்பார். செட்டியார் பார்த்துக் கொண்டே இருப்பார். நூற்றெட்டு என்றால் பட்டர் பேசாமல் வேலையைப் பார்ப்பார். ஒன்று குறைகிற தினங்களில் செட்டி யாருக்குக் கண்ணைக் காட்டுவார். சம்பந்தப்பட்ட உபயதாரரிடம் செட்டியார் பேச்சுக் கொடுப்பார்.

என்ன பிரார்த்தனை? என்ன விஷயம்? எதற்கு வடைமாலை சாத்துகிறார்?

பட்டர் வழக்கம்போல் அவர் புறப்படும்போது நல்ல வார்த்தை சொல்லுவார். 'கவலப்படாம போங்கோ. நாளைக்குக் கார்த்தால உங்க பிரார்த்தனை நிறைவேறலைன்னா என்னை வந்து ஏன்னு கேளுங்கோ. ஆஞ்சநேயர் லேசுப்பட்டவர் இல்லே.'

மறுநாள் காலை கோயில் திறப்பதற்கு முன்னமே செட்டியார் வந்து நிற்பார். எட்டு மணியைத் தாண்டியதில்லை. சம்பந்தப் பட்ட முதல்நாள் உபயதாரர் மூச்சிறைக்க ஓடிவருவார். 'ஐயரே, நீங்க சொன்னது நூத்துல ஒரு வார்த்தை. ஆஞ்சநேயர் கண்ணைத் தொறந்துட்டார்.'

பட்டர் செட்டியாரைப் பார்ப்பார். செட்டியார் வியப்பில் கைகூப்புவார். அற்புதம் புரியும் ஆஞ்சநேயர். இதை உலகுக்கு அறிவித்துவிட்டால்தான் என்ன? கோயில் பிரபலமாகும்.

பெரிதாகும். வருமானம் சேரும். எண்ணிப் பார்க்க முடியாத என்னென்னவோ நடக்கக்கூடும்.

'செய்யலாம் ஐயரே. ஆனா ஒண்ணே ஒண்ணு கேட்டுடறேன், தப்பா நினைச்சிக்காதிங்க.'

'சொல்லுங்கோ'

'வடைல ஒண்ணை நீங்க எடுத்து சாப்பிட்டுடறதில்லிங்களே.'

'எம்பெருமானே!' என்று நெஞ்சில் கைவைத்தார் பட்டர். 'சத்தியமா கிடையாது செட்டியார்வாள். எனக்கென்ன சக்தி இருக்கு? வடை குறையற அன்னிக்கு பலன் தெரியறதா இல்லியா?'

'அதான் எனக்கும் டவுட்டா இருக்கு' என்று யோசித்தபடி செட்டியார் போய்விட்டார்.

மறுநாள் அவருக்கு ஒரு யோசனை வந்தது. பட்டர் சொல்வது சரி. செய்தியை வெளியே சொல்லவேண்டியதுதான். ஒன்றுமில்லாத எத்தனையோ கோயில்களுக்குப் புனைகதைகள் உருவாக்கி, கூட்டம் சேர்த்துவிடுகிறார்கள். உண்மையிலேயே அற்புதம் புரியும் ஆஞ்சநேயரை கவனிக்காமல் விடுவதா?

ஆனாலும் ஒரு பரீட்சை பண்ணிப் பார்த்துவிட வேண்டுமென்று அவருக்குத் தோன்றியது. கொஞ்சம் பயமாகவும் இருந்தது. கடவுளிடம் விளையாடலாமா? கோபித்துக்கொண்டுவிட்டால்?

சேச்சே. ஆஞ்சநேயர் அப்படிப்பட்டவர் அல்லர். சிறு வயதிலிருந்தே அவருக்கு விருப்பமான தெய்வம். கொத்தவால் சாவடியில் அவர் மூட்டை தூக்கிப் பிழைப்பைத் தொடங்கிய நாள் தொட்டு தினமொரு படியாக உயர்த்திக்கொண்டு வந்திருப்பவர். நல்லது செய்தாலும் கெட்டது செய்தாலும் ஆஞ்சநேயரிடம் சொல்லாமல் செட்டியார் எதையும் செய்ததில்லை. நல்லது கெட்டது கலந்தவன்தானே மனிதன்? தனக்கு இப்படியொரு எண்ணம் வந்திருப்பதும் ஆஞ்சநேயரின் செயலாகத்தான் இருக்க வேண்டும். சந்தேகமில்லை.

'ஐயரே, வர வெள்ளிக்கிழமை மட்டும் வெளியார் உபயம் வாங்காதிங்க. அன்னிக்கி வடைமாலை நம்முது. புள்ளையோட பொறந்தநாள் பாருங்க!'

செட்டியார் சொன்னபோது பட்டருக்கு வித்தியாசமாக ஏதும் தெரியவில்லை. கோயில் கட்டியவர் ஒருநாள் வடைமாலை சாத்துவது பெரிய விஷயமா என்ன?

வழக்கம்போலவே அன்று பட்டரின் மனைவி குளித்துவிட்டு ஆசாரமாக வடை தயாரித்தார். வழக்கம்போலவே பட்டர் அதை எண்ணி மாலையாகக் கோத்தார். வழக்கம்போலவே ஆஞ்சநேயருக்குச் சாத்தி, சுலோகம் சொன்னார். செட்டியாரும் வழக்கம்போல் வந்து நின்று வணங்கினார்.

'ஆஞ்சநேயா, நான் உன்னிய டெஸ்டு பண்றேன்னு தப்பா எடுத்துக்காத. இது டெஸ்டுக்கு டெஸ்டு. வேண்டுதலுக்கு வேண்டுதல். கேட்டது, கேக்காதது எல்லாத்தையும் அள்ளிக்குடுத் திருக்கே. ஊர் மதிக்கிற வாழ்வு. ஒண்ணுத்துக்கும் குறைச்சல் இல்லே. ஆனா எம்பொண்டாட்டி என்னோட பேசி ஆறு வருசம் ஆச்சி. என்னிக்கோ சபலப்பட்டு செஞ்ச தப்புக்கு இப்ப வரைக்கும் தண்டிச்சிக்கிட்டிருக்கா. வெச்சிக்கவும் முடியாம விடவும் முடியாம நாம்படுற பாடு ஒனக்குத்தான் தெரியும். என்ன செய்யணுமோ பாத்து செய்யி. இதுக்குமேல நான் என்ன சொல்றது?'

மனமுருக வேண்டிக்கொண்டு, கற்பூரம் தொட்டுக் கண்ணில் ஒத்திக்கொண்டார். பட்டர் சந்நிதிக்குத் திரும்பச் சென்று மாலையை எடுத்து அவிழ்த்தார். ஒவ்வொன்றாக எண்ணி, பாத்திரத்தில் போட்டார். ஆர்வம் தாங்கமாட்டாமல் செட்டியார் அவசரமாக சந்நிதிப் படியேறி வந்து எட்டிப் பார்த்தார்.

'எண்ணிட்டிங்களா? எவ்ளோ இருக்கு?'

பட்டர் மேனி நடுங்க எழுந்து ஆஞ்சநேயரைப் பார்த்தார். அவர் கரங்கள் தன்னிச்சையாக உயர்ந்து வணங்கின. கண்களிலிருந்து நீர் பெருக்கெடுத்தது.

'சொல்லுங்க ஐயரே. எவ்ளோ இருக்கு?'

'புரியல செட்டியார்வாள். நூத்தி ஒம்போது இருக்கு' என்றார் பட்டர்.

# காம்யுவின் வாசனை

என் வீட்டிலிருந்து சுமார் ஆயிரத்தி எழுநூறு கிலோ மீட்டர் தூரம் என்பதே முதலில் பிரமிப்பாக இருந்தது. அத்தனை பெரிய தூரத்துக்கு அதற்குமுன் நான் தனியாகப் போனதே இல்லை. கிளம்புவதற்கு இரண்டு நாள்கள் முன்பிருந்தே எனக்குப் பதற்றம் பிடித்துக்கொண்டது. வழியில் படிப்பதற்கென்று தேடித்தேடிப் புத்தகங்களை எடுத்து வைத்தேன். ஆ, இந்தப் புஸ்தகம் எடுத்து வைப்பது எப்போதுமே சிக்கல் பிடித்த காரியம். சில புத்தகங்களை வீட்டில் மட்டும்தான் படிக்க முடியும். சிலவற்றைப் பேருந்து நிறுத்தங்களில், குட்டிச் சுவர்களின் பக்கம் சாய்ந்தவாறு, பூங்கா சிமெண்டு நாற்காலிகளில் அமர்ந்தவாறு படித்தால்தான் சரியாக வரும். இன்னும் சில புத்தகங்களை - தவறாக நினைக்காதீர்கள். கக்கூசுக்கு எடுத்துச் சென்று படித்தால் மட்டுமே சுகமாக இருக்கும். இதெல்லாம் புத்தகங்களின் பிரச்னையா, அல்லது படிக்கிறவன் கிறுக்குத்தனமா என்று எனக்குத் தெரியாது. வருஷக்கணக்காக இப்படித்தான்.

சொன்னால் நம்புவீர்களா? தாமிரபரணிக் கதைகள் என்றொரு புஸ்தகம். சின்ன புஸ்தகம்தான். வேகமாகப் படித்தால் ஒரு மணிநேரம் காணாது. இதை விட்டுவிட்டு ஏழெட்டு தவணையில் மாடிப்படி வளைவுச் சந்தில் நின்றேதான் வாசித்து முடித்தேன். பார்த்துவிட்டால் யாரோ கபாலென்று பிடித்துக் கொண்டு போய் லாக்கப்பில் போட்டுவிடப் போகிறார்களா என்ன? ஆனாலும், சொன்னேனே கிறுக்குத்தனம். அதுதான் காரணமாயிருக்க

வேண்டும். முதல் தடவையோடு முடிந்ததென்று எண்ணாதீர்கள். ஒவ்வொரு முறை அந்த நூலை வாசிக்க எடுக்கும்போதும் மாடிப்படி முட்டுச் சந்துக்குத்தான் போவேன்.

ரொம்ப யோசித்தால் ஒரு காரணம் சொல்லலாம். எந்தப் புஸ்தகத்தையும் பின்னொரு காலம் நினைத்துப் பார்க்கும்போது அதை வாசித்த சூழலையும் சேர்த்து நினைத்துக்கொண்டால் தனியொரு வாசனை அகப்படும். ஆனால் ஆயிரத்தி எழுநூறு கிலோ மீட்டர் தூரத்தைக் கடக்கும்போது எத்தனையோ பலவித வாசனைகளைத் தாண்டித்தான் போகவேண்டியிருக்கும். ரயிலுக் கென்று ஒரு வாசனை உண்டா என்ன. இரும்பு அல்லது அழுக்கின் வாசனை என்பது தாளிப்பு மாதிரிதான். அடிப்படை வாசனை அது நின்று போகும் ஸ்டேஷன்களில் சத்தமில்லாமல் ஏறிக்கொள்வது. குரோம்பேட்டை ஸ்டேஷன் வாசனை பல்லாவரம் ஸ்டேஷனுக்குக் கிடையாது. சைதாப்பேட்டையின் வாசனை மாம்பலத்தை அடையும் முன்பே கீழே குதித்துவிடும். இந்தப் பக்கம் தெற்கே போகிற ரயில் விழுப்புரத்துக்குள் நுழைந்து விட்டாலே தனியொரு வினோதமான வாசனை ஓடி வந்து மூச்சை நெறிக்கும். தென்னாற்காடு ஜில்லா தாண்டும் வரைக்கும் அந்த வாசனைதான் அப்புறம். திருச்சி, மதுரைப் பக்கம் போனால் ரயிலில் வேறொரு வாசனை ஏறிவிடும். இதுவே திருநெல்வேலி வரை போனால் முற்றிலும் இன்னொரு வாசனை. நெல்லை ஜங்ஷனில் கூட்டத்தை இறக்கிவிட்டுவிட்டு நாகர்கோயிலை நோக்கி நகரும்போது ரயிலே அலம்பிவிட்ட மாதிரி இருக்கும். கொஞ்சநேரம் வாசனைகளற்ற காற்று பெட்டியை நிரப்பியிருப்பது போலத் தோன்றும். அந்த நேரங்களில் என்னவாவது படித்துக் கொண்டிருந்தால் புத்தியில் ஏறவே ஏறாது. வாசிக்கும்போது ஒரு வாசனை தேவைப்படுகிறது. நல்லதா கெட்டதா என்பதல்ல. ஒரு ஞாபகத்துக்கு. கண்டிப்பாகத் தேவை. குறைந்தபட்சம் எனக்கு.

ஆயிரத்தி எழுநூறு கிலோ மீட்டர்கள். எனவே ரொம்ப கவனமாகப் புத்தகங்களைத் தேர்ந்தெடுத்திருந்தேன். எதுவும் இருநூறு பக்கங்களுக்கு மேற்படாதவையாக. ரெண்டு கதைப் புத்தகங்கள், மூன்று கட்டுரைத் தொகுப்பு, அப்புறம் ஒரு நாவல். ஆ, சொல்லாதிருக்கலாமா?! கவிதை நூல்களை, நான் வங்கிக்குப் போகும்போது மட்டுமே வாசிப்பது. பணம் போடுகிறவர்கள் மற்றும் எடுப்பவர்களின் நடமாட்டங்களுக்கு இடையே மிதமான ஏசி குளிர்ச்சியில், பணம் எண்ணும் இயந்திரம் அவ்வப்போது கடகடகட வென்று ஓடும் சத்தம் கேட்கவேண்டும். எப்போது

நுழைந்தாலும் ஆபீசருக்கு ஒரு பையன் டீ எடுத்துக்கொண்டு போவான். ஏலக்காய் போட்ட அந்தத் தேநீரின் சுகந்த நறுமணம் திருட்டுத்தனமாக கிளாசை விட்டு இறங்கி மிதந்து வந்து என் நாசிக்கு ஏறும்போதுதான் கவிதையை ரசிக்கத் தோன்றும். காசை மட்டுமே எண்ணும் பிராந்தியத்தில் கவிதையை எண்ணிக் கொண்டிருப்பது ஒரு சொகுசு. எப்போதாவது முயற்சி செய்து பாருங்கள்.

●

ரயிலேறிவிட்டேன். உடனே புஸ்தகத்தை எடுத்துவிடலாமென்று தோன்றியது. ஆனால் புத்தி தோயுமா? சரி, கொஞ்ச நேரம் போகட்டுமே? எதிர் இருக்கைகளை ஒரு குடும்பம் நிரப்பியிருந்தது. அவர்கள் நம் ஊர்க்காரர்கள் அல்லர். ஆயிரத்தி நானூறுக்கும் எழுநூறுக்கும் இடையே உள்ள கிலோ மீட்டர்களில் எங்கோ இறங்கவேண்டிய குடும்பத்தார். அந்தப் பிராந்தியத்து மொழி பேசுகிறவர்கள். ஒரு சாஸ்திரத்துக்கு ஹலோ சொன்னார் குடும்பத் தலைவர். நானும் சொன்னேன். முடிந்தது கதை. அவரது மனைவியோ இரண்டு மகள்களோ என் பக்கம்கூடத் திரும்ப வில்லை. வண்டி ஏறியதுமே அந்த அம்மாள் ஒரு பெரிய சணல் பைக்குள் இருந்து இரண்டு அடுக்குப் பாத்திரங்களை வெளியே எடுத்து வைத்தாள். அப்பப்பா. ஊரே தின்னுமளவுக்கு ஒன்றன்மீது ஒன்றாக எத்தனை சப்பாத்திகள்! இன்னொரு பாத்திரத்தில் காய்கறிகள் போட்ட கூட்டு இருந்தது. அம்மாள் புத்திசாலித்தனத்துடன் ஒரு கரண்டியும் எடுத்து வந்திருந்தாள்.

வண்டி கிளம்பியதுமே மொத்தக் குடும்பமும் கையில் ஆளுக்கொரு காகிதத் தட்டை ஏந்திக்கொள்ள, அந்த அம்மாள் முதல் சுற்றில் தலா நான்கு சப்பாத்திகளும் தாராளமாகக் காய்கறிக் கூட்டையும் போட்டாள். ருசிக் கலைஞர்களுக்கு நான் சொல்லுவது புரியும். சப்பாத்திக் கூட்டில் பருப்பின் வாசனைதான் மேலோங்கியிருக்க வேண்டும். மற்றதல்ல. வேறெதுவுமல்ல. ஆனால் இந்த அம்மாள் பரிமாறிக்கொண்டிருந்த கூட்டில் கிராம்பு மற்றும் இலவங்கப்பட்டை வாசனைதான் தூக்கலாக இருந்தது. எனக்கு மூச்சை அடைத்தது. அந்தப் பெரிய பாத்திரத்தில் எப்படியும் சுமார் நாற்பது சப்பாத்திகள் இருக்கும் என்று தோன்றியது. இந்த வேளைக்கு அந்தக் குடும்பம் இருபது சப்பாத்திகளைத் தின்று தீர்த்தாலும் அடுத்த இரு வேளைகளுக்கு தாராளமாகக் காணும். அட தெய்வமே. இந்தப் பயணம் முழுவதற்கும் கிராம்பு மற்றும்

இலவங்கப்பட்டை வாசனைதானா! பரிசோதகருக்குப் பத்திருபது கொடுத்து இருக்கையை மாற்றிக்கொள்ள முடியுமா என்று யோசித்தேன். ம்ஹூம். எனக்கு பதிலாக கிராம்பு மற்றும் இலவங்கப்பட்டை வாசனையை விரும்பக்கூடிய வேறு யாராவது இங்கே வரச் சம்மதிக்க வேண்டும். அதெல்லாம் நடக்காத காரியம்.

ரயில் வண்டி திருவள்ளுரைத் தாண்டிக்கொண்டிருந்தது. மேற்படி குடும்பம் முதல் சுற்றுச் சப்பாத்திகளைத் தின்று முடித்துவிட்டு மீண்டும் தட்டுகளை நீட்ட, அந்த அம்மாள் மேலும் தலா இரண்டு சப்பாத்திகளை வைத்து, கூட்டை மேலே விட்டாள். நான் பார்த்துக்கொண்டே இருந்தேன். கொஞ்சம் கலவரமாகத்தான் இருந்தது. ஒவ்வொருவர் வயிறின் கொள்ளளவு ஒவ்வொரு மாதிரி இருக்காதா? அதெப்படி குடும்பமே ஆறு சப்பாத்தி தின்னும்? என்னால் மூன்று சப்பாத்திகளுக்கு மேல் எப்போதும் முடிந்ததில்லை. அதிலும் முதல் சப்பாத்திக்கு நான் எதையும் தொட்டுக்கொள்வதில்லை. நெய் விட்டுச் சுட்ட சப்பாத்தியின் நறுமணத்தைப் பருப்புக் கூட்டின் வாசனை கபளீகரம் செய்துவிடும். எனவே முதல் சப்பாத்தி நெய்யை கௌரவிப்பதற்காக. அடுத்ததை கொஞ்சம் போல் கூட்டு சேர்த்து, தொட்டுத் தொட்டுச் சாப்பிட்டுவிட்டு, மூன்றாவதில் சற்று தாராளமாகவே பருப்பைச் சேர்த்து கிட்டத்தட்ட பிசைந்தே சாப்பிடுவேன். ருசியின் பூரணம் என்பது வாசனையின் அரவணைப்பைச் சார்ந்தது. வீடு வரை மனைவி மாதிரி சாப்பிடும் வரைதான் ருசி. இந்த விதத்தில் வாசனையானது வீதி வரை உறவு போன்றது.

வண்டி அரக்கோணத்தில் நின்றபோது வேறொரு புதிய நபர் வந்து சேர்ந்தார். சுமார் நூற்று முப்பத்தியேழு வருடங்களாக என்னை அறிந்தவர் போல, நெருங்கும்போதே ஒரு புன்னகை. ஹலோ என்று கை கொடுத்தார். எனக்கு புருவத்துக்குமேல் அரித்தது. அவருக்குக் கொடுத்த கையை உயர்த்தி அரித்த இடத்தில் சொரிந்துகொள்ளச் சென்றபோது குப்பென்று அத்தர் வாசனை அடித்தது. ஆண்டவனே, இதுவும் கடந்து போகவேண்டிய வாசனையே அல்லவா. எப்படி இருபத்தியாறு மணி நேரம் இதில் நீந்த முடியும்?

என் பதற்றம் வினாடிக்கு வினாடி அதிகரித்துக்கொண்டே இருந்தது. இந்தப் பிரச்னையில் இருந்து விடுபட எனக்கிருந்த ஒரே வழி இதனைத் தாற்காலிகமாக மறப்பதுதான். ஆனால் அது எப்படி முடியும்? வண்டி ஜோலார்பேட்டையில்

நிற்கும்போதெல்லாம் காற்றில் ஒரு சுகந்தமான மசால் வடை மடித்த பேப்பரின் வாசனை மிதந்து வரும். அது போச்சு. ஆந்திரப் பிரதேசத்துக்குள் நுழைந்து வேகமெடுக்கும் தருணங்களில் - பெரும்பாலும் அது அதிகாலை நேரம் - குப்பென்று நெல் வாசனை அடிக்கும். நெல் வாசனைக்கும் வைக்கோல் வாசனைக்கும் மெல்லிய வித்தியாசம் உண்டு. இரண்டுமே சுகந்தமானவைதான் என்றாலும் நெல் வாசனையில் கொஞ்சம் ஈரம் கலந்திருக்கும். வைக்கோலின் வாசனைக்கு ஒரு முரட்டுத்தனம் மிடுக்கைக் கொடுக்கும். நீங்கள் எப்போதாவது வைக்கோல் போரில் சாய்ந்தபடி சுந்தர ராமசாமியின் கதைகளை வாசித்ததுண்டா? அபாரமாக இருக்கும். இதே ஜானகிராமனைப் படிப்பதற்கு ஏற்ற வாசனை, அழுக்குப் போர்வையில் கிட்டும். உள்ளதிலேயே அழுக்கான, பழைய போர்வை ஒன்றைப் போர்த்திக்கொண்டு, கொட்டும் மழை நாளில் செம்பருத்தி வாசித்தால் சோறு தண்ணி வேண்டியிருக்காது. அச்சிட்ட எழுத்துகள் ஒவ்வொன்றும் போர்வையின் வாசனையை உறிஞ்சி நாசியை நோக்கிப் பீய்ச்சும். கதை புத்திக்குள் இறங்கும்போது போர்வையின் கதகதப்பு உருவாக்கியிருக்கும் வியர்வைப் பிசுபிசுப்பும் வாசனையாக உருப்பெற்று ஒரு நெடியை உருவாக்கும். ஆ, அபாரம். விவரிக்கவே முடியாது அதை.

கிடக்கட்டும். அந்த அரக்கோணத்துக் கனவானின் அத்தர் வாசனையைச் சொல்ல வந்தேன். இது இலவங்கப்பட்டை சேர்த்த காய்கறிக் கூட்டின் வாசனையைக் காட்டிலும் காட்டமானது. இந்தக் காலத்தில் எத்தனையோ நூதனமான வாசனாதி திரவியங்கள் வந்துவிட்டன. மென்மையும் சுகந்தமும் சேர்ந்த வாசனைகள். இவர் ஏன் இன்னும் அத்தரில் இருக்கிறார்? கொஞ்சம் எரிச்சலாக இருந்தது. ஒரு காலத்தில் நான்கூட காதி கிராஃப்டில் ஜவ்வாது வாங்கி வந்து பூசிக்கொண்டிருந்தேன். விலை மலிவு, சுதேசிச் சரக்கு என்று சில காரணங்களையும் சொல்லுவேன். ஏனோ சீக்கிரமே எனக்கு அது பிடிக்காமல் போய் விட்டது. வாசனையானது அந்த எதிர் சீட்டு கனவானின் இரண்டாவது பெண்ணின் மோதிர விரல் மாதிரி சன்னமாக இருக்கவேண்டும். விரலைக் காட்டிலும் ஓரிரு மில்லி மீட்டர்கள் பெரிதான மோதிர மொன்றை அவள் அணிந்திருக்கிறாள். அதை மறுகையால் உருட்டிக்கொண்டேவும் இருக்கிறாள்.

நான் வெகுநேரம் அவள் விரலையே பார்த்துக்கொண்டிருந்தேன். சப்பாத்தியை விள்ளும்போது ரொம்ப அழகாக அந்த மோதிர

விரல் ஒரு சேவலின் தலைபோல் டொய்ங் என்று முக்கால் சதம் எழுந்து எழுந்து தணிவது பார்க்க ரசமாயிருந்தது. உண்மையில் அந்த இலவங்கப்பட்டை வாசனையை மறக்கடிக்க அந்தக் காட்சிதான் எனக்கு உதவி செய்துகொண்டிருந்தது. ஆனால் அடுத்த வேளையும் அவளது தாயார் அதே சப்பாத்திப் பாத்திரத்தையும் காய்கறிக் கூட்டுப் பாத்திரத்தையும் திறக்கவே செய்வாள்.

●

எங்கே போகிறீர்கள் என்று அரக்கோணத்துக்காரர் கேட்டார். எதிர் இருக்கைக் குடும்பத்தார் வேறு மொழி. என்னால் அவர்களோடு நீண்ட உரையாடல்களை நிகழ்த்த இயலாது. அந்த விதத்தில் நான் அரக்கோணத்துக்காரருக்கு நியாயமாக நன்றி சொல்லவேண்டும். ஆனால் அவர் பேசும்போது அவர் வாய்க்குள் இருந்துவேறு, ஒரு வாசனை வெளிப்பட்டது. மவுத் ஃப்ரெஷ்னர் உபயோகிப்பார் போலிருக்கிறது. இதுவும் எனக்கு இடைஞ்சலே. ஏனென்றால் நான் அப்போது வாசிக்க எடுத்திருந்தது ஒரு ரஷ்யச் சிறுகதைத் தொகுப்பு. பொதுவாகவே பயணங்களுக்கு உகந்தவை சோவியத் காலப் புஸ்தகங்களே. மாறும் நிலக் காட்சிகளும் கணத்துக்குக் கணம் காற்று ஏந்தி எடுத்து வந்து சேர்க்கும் விதவிதமான வாசனைகளும் ரயில் பெட்டியின் இரும்பு வாசனையும் கலந்து கட்டி அந்தப் புத்தகங்களுக்கு ஓர் இறவாத்தன்மை அளித்துவிடும். எத்தனையோ பல வருஷங்களுக்குப் பிறகு தூசு தட்டி மீண்டும் எடுத்து வாசிக்க ஆரம்பித்தாலும் முந்தைய பயண வாசிப்பின் போது உணர்ந்த வாசனைகளை ஒன்று மிச்சமில்லாமல் நினைவு கூர்ந்துவிட இயலும்.

ஆனால் அரக்கோணத்து அத்தர்க்காரருடன் பேச்சுக் கொடுத்தபடி இதை வாசிக்க முடியாது. வாசிப்பும் பாழ். வாசனையும் பாழ். எனவே மூடி வைத்துவிட்டு அவர் என்ன மெளத் ஃப்ரெஷ்னர் உபயோகிக்கிறார் என்று விசாரித்தேன். இப்போது இரண்டாவது வேளை சப்பாத்தி, கூட்டு உண்ணத் தொடங்கியிருந்த எதிர் சீட்டுக் குடும்பமும் இதனைக் கவனிக்க ஆரம்பித்தது. அரக்கோணத்துக்காரர் தமது மவுத் ஃப்ரெஷ்னரின் பிராண்டைச் சொல்லிவிட்டு அதன் அருமை பெருமைகளை விவரிக்க ஆரம்பித்தார். ஒரு முறை கொப்புளித்துத் துப்பிவிட்டால் போதும். பன்னிரண்டு மணி நேரங்களுக்கு வாசனை அப்படியே இருக்கும். அவர் ஒரு விற்பனை அதிகாரி. தினமும் ஏராளமான மக்களைச் சந்தித்து உரையாட வேண்டிய பணியில் இருப்பவர். மடிப்புக் கலையாத

சட்டை பேண்ட், பளபளப்புக் குறையாத விலை உயர்ந்த ஷூக்கள், டை போலவே மவுத் ஃப்ரெஷ்னரும் அவரது தொழில்சார் தேவைகளுள் ஒன்று.

ஆனால் ஐயா, ரயில் பயணத்திலாவது இதனைத் தவிர்க்கலாமே? இங்கு யார் உங்கள் வாயைப் பிடுங்கி முகரப் போகிறார்கள் என்று கேட்க நினைத்தேன். எதற்கு வம்பு என்று பேசாதிருந்துவிட்டேன். எப்படியும் என் நிம்மதி போய்விட்டது. வண்டி ஏறியதில் இருந்து ஒரே வாசனைதான். இல்லையில்லை. இரண்டு வாசனைகள். ஒருவேளை அதுவுமில்லையோ? ஆம். மூன்று. இலவங்கப் பட்டை போட்ட காய்கறிக் கூட்டின் வாசனை எதிர்ப்புறத்தில் இருந்து. காட்டமான அத்தரின் வாசனை இடப்பக்கமிருந்து. தப்பித்தவறி அந்த உத்தமர் வாய் திறந்தால் அந்த விலை உயர்ந்த மவுத் ஃப்ரெஷ்னரின் வாசனை.

சரி, விதித்தது இதுதான். சகித்துக்கொள்ள வேண்டியதுதான். படிக்கும் இச்சையை மூட்டை கட்டிவிட்டு ஏறிப் படுத்து விட்டேன். மேல் தளத்துக்குப் போனாலும் இதே வாசனைதான். பெட்டியில் கொஞ்ச நேரம் நடந்துவிட்டு வரலாம் என்று தோன்றியது. பயமாக இருந்தது. இன்னும் காட்டமாக, இன்னும் மோசமாகச் சில வாசனைகளை நுகர வேண்டி வந்துவிட்டால் இந்தப் பயணமே நரகமாகிவிடும். சாகும்வரை மறக்க முடியாத நினைவுகளுக்குச் சேமித்து வைக்க முடியாது போய்விடும். ஆயிரத்தி எழுநூறு கிலோ மீட்டர்கள். அதில் சரி பாதி தூரத்துக்குமேல் கடந்தாகிவிட்டது. இன்னும் சப்பாத்திப் பாத்திரம் காலியான பாடில்லை. இடையே எழுந்து ஒருதரம் கழிப்பறைக்குப் போய்வந்த அரக்கோணத்துக்காரர் இன்னொரு தரம் அந்த மவுத் ஃப்ரெஷ்னரைப் போட்டுக் கொப்பளித்துத் துப்பிவிட்டு வந்திருந்தார். நெருங்கும்போதே தெரிந்துவிட்டது. என்ன துணிச்சல் இருந்தால் உங்களுக்கு வேண்டுமா என்று என்னை வேறு கேட்பார்? ரொம்பக் கஷ்டப்பட்டு என் கோபத்தை அடக்கிக் கொண்டேன்.

எதிர் சீட்டுக் கனவானும் அவரது மனைவியும் குறட்டை விட்டுத் தூங்கிக்கொண்டிருந்தார்கள். அவர்களது இரண்டு பெண்பிள்ளைகளும் எதிரெதிரே அமர்ந்து இடையில் துண்டு விரித்து சீட்டாடிக் கொண்டிருந்தார்கள். குடும்ப விளையாட்டு போலிருக்கிறது. வெறுமனே சாப்பாத்தி தின்று சீட்டாடி வாழ்க்கையை ஓட்டிவிடும் உத்தேசமோ என்னமோ. ஒருத்திக்குப் பதினாறு வயதிருக்கும்.

அடுத்தவளுக்கு இரண்டு அல்லது மூன்று குறைச்சல். ஏறியதில் இருந்து ஒரு முறைகூட அவர்கள் என்னை நேருக்கு நேர் பார்க்கவேயில்லை என்று தோன்றியது. அப்படியொன்றும் பேரழகன் இல்லை என்றாலும் பார்க்கவே முடியாத சொரூபமல்ல. பத்துப் பன்னிரண்டு மணி நேரங்களாகக் குத்துக்கல் மாதிரி எதிரே உட்கார்ந்திருப்பவனுக்கு ஒரு பார்வை தரக் கூடாதாமா! என்ன பிறப்போ, என்ன வளர்ப்போ.

●

இரண்டாம் நாள் பிற்பகல் கடந்து மாலை நேரத்தை நெருங்கிக் கொண்டிருந்தது ரயில். ஆந்திரத்தையெல்லாம் தாண்டியாகி விட்டது. மூச்சைப் பிடித்துக்கொண்டு இன்றொரு இரவை ஒரே தாவாகத் தாவிவிட்டால் விடியும் நேரம் இறங்கிவிடலாம். அதுவரை இந்த அத்தர், மவுத் ஃப்ரெஷ்னர் மற்றும் இலவங்கப் பட்டை வாசனையைச் சகித்துக்கொண்டுதான் தீரவேண்டும். மதிய உணவோடு அந்த சப்பாத்திப் பாத்திரம் காலியாகிவிடும் என்றுதான் முதலில் நினைத்தேன். ஆனால் என் நினைப்பை அந்தப் பெண்மணி தவிடுபொடியாக்கியிருந்தாள். நான் அதுவரை பார்த்திராத அவர்களது இன்னொரு பையில் - இது சீட்டுக்கு அடியில் உள்ளடங்கி ஒளித்து வைக்கப்பட்டிருந்தது - வேறொரு சப்பாத்தி மூட்டை இருந்தது. அதே காய்கறிக் கூட்டு. மாலை நேரச் சிறுபசிக்கும் அந்த அம்மாள் அதைத்தான் தன் மகள்களுக்குக் கொடுத்தாள். பாவம் பிள்ளைகள். வாழ்நாளில் எத்தனை லட்சம் சப்பாத்திகளை உண்டு தீர்க்க வேண்டுமென்று விதித்திருக்கிறதோ! அது கூடப் பிரச்னையில்லை. சப்பாத்தி களாலான வாழ்க்கையை இலவங்கப்பட்டை வாசனையுடனேயே வாழ்ந்து தீர்ப்பது எத்தனை பெரிய சாபம்!

எனக்காவது இந்த ஒரு பயணத்துடன் தண்டனை முடிந்துவிடும். அந்தப் பெண்பிள்ளைகளின் நிலைமையை யோசித்துப் பார்த்தேன். எப்படியாவது இவர்களிடம் ராமாமிருதத்தின் தரங்கிணியைக் கொடுத்துப் படித்துப் பார்க்கச் சொல்லவேண்டும் என்று தோன்றியது. படிக்கக்கூட வேண்டாம். முகர்ந்தாலேகூடப் போதும். வயல் வெளிகளின் நடுவே பம்ப் செட்டில் குளிக்கும்போது நாசி நுகரும் வாசனை அந்தக் கதைக்குள் இருந்து வெளிப்பட்டுக்கொண்டே இருக்கும். உடம்பெல்லாம் சில்லிட்டுப் போய்விடும். அபாரமான அனுபவம். ஒவ்வொரு முறை அந்தக் கதையை வாசித்ததும் எனக்கு ஓடிப் போய்க் குளிக்கத் தோன்றும். மணிக்கணக்கில்

தண்ணீருக்கடியில் நின்றுகொண்டே இருப்பேன். முதல் தும்மல் வரும்வரை கணக்கு. அதன்பின் தலை துவட்டிவிட்டு வந்து சூடாக ஒரு காப்பி சாப்பிட்டால்தான் (சர்க்கரை கம்மி) கதை ஜீரணமாகும்.

பாழ். எல்லாமே பாழ். ஒரு பெரும் பயணம் இப்படி சர்வநாசமாகும் என்று நான் எண்ணியிருக்கவில்லை. என்ன செய்யலாம் என்று யோசித்தேன். பேசாதிருப்பதைத் தாண்டி வேறு வழி தோன்ற வில்லை. எடுத்து வெளியே வைத்திருந்த என் புத்தகங்களை யெல்லாம் மீண்டும் பெட்டிக்குள் போட்டு பூட்டினேன். பெட்டியை சீட்டுக்கடியில் காலால் எக்கித் தள்ளி என் கோபத்தை வெளிப்படுத்தினேன். ரொம்ப நேரம் ஜன்னலுக்கு வெளியே பார்த்தபடியே அமர்ந்திருந்தேன்.

வண்டி ஏதோ ஒரு ஸ்டேஷனில் நின்றது. சுமார் நாற்பது லட்சம் சொற்கள் ஜன்னல் கம்பிகளை உடைத்துக்கொண்டு உள்ளே பாயத் தொடங்கின. யாரோ படபடவென்று கதவைத் தட்டினார்கள். எனக்குப் புரியவில்லை. அது ரிசர்வ் செய்தவர்களுக்கான பெட்டி. இனிமேல் யாரும் ஏறி அமர இயலாது. இருப்பினும் வெளியே ஓயாமல் கதவைத் தட்டிக்கொண்டே இருந்தார்கள். ஜன்னல்களில் பலப்பல ஆண்கள் மற்றும் பெண்களின் முகங்கள் முட்டி மோதித் தோன்றி ஏதேதோ கூறின. அவசரமும் வெறியும் வேகமும் சொற்களில் தெறித்துச் சிதறின.

வேண்டாம், யாரும் திறக்காதீர்கள் என்று யாரோ கத்தினார்கள். பதிலுக்கு வெளியில் இருந்து எதிர்ப்புக் குரல் பலமாக வந்தது. அவர்கள் ரயிலின் பக்கவாட்டுத் தகரத்தை இடிக்கும் வேகத்தில் பெட்டியே நொறுங்கிவிடும் என்று தோன்றியது. ஒரு டிக்கெட் பரிசோதகர் எங்கள் இடத்தைக் கடந்து போகும்போது அரக்கோணத்துக்காரர், என்ன சார் இதெல்லாம்? என்று கேட்டார். அவர் பதில் சொல்லவில்லை. வருஷக்கணக்கில் அவர் தினசரி சந்திக்கும் காட்சிதான் போலிருக்கிறது. எனக்குத்தான் வெளியே ஏதோ கலவரம், கொலை, தீ வைப்பு நிகழ்ந்திருக்கிறது என்று தோன்றியதோ? பெட்டியில் வேறு யாரும் அலட்டிக்கொண்டதாகவே தெரியவில்லை. தொண்டை கிழியக் கத்திக்கொண்டிருந்த அந்தக் கூட்டத்தைப் பரிதாபமாகப் பார்த்துக்கொண்டிருந்தேன். ஒருத்தன் என்னைப் பார்த்து மிரட்டும் தொனியில் கத்தினான். வந்து கதவைத் திற. சீக்கிரம் திற.

கொஞ்சம் பயமாகக் கூட இருந்தது. அதற்குள் வண்டி கிளம்புவதற்கான சிக்னல் விழுந்துவிட்டது. தப்பித்தோம் என்று

உள்ளே இருந்தவர்கள் நிம்மதிப் பெருமூச்சு விட்டார்கள். எதிர் சீட்டுக்காரரும் அவரது மனைவி மக்களும் மட்டும் ஒன்றுமே நடவாதது போல இருந்தார்கள். இரவுச் சப்பாத்திகளின் எண்ணிக்கை சற்றுக் குறைவாக இருப்பதாகவும், போதவில்லை என்றால் கொஞ்சம் பழங்கள் வாங்கிக்கொள்ளலாம் என்றும் அந்த அம்மாள் சொல்லிக்கொண்டிருந்தாள்.

வண்டி கிளம்பிவிட்டது. வெளியே கத்திக்கொண்டிருந்த கூட்டம் விடாமல் பக்கவாட்டில் இடித்தபடியே வண்டியோடு ஓடி வந்து கொண்டிருந்தது. அரக்கோணத்துக்காரர் தன் பெட்டியைத் திறந்து காற்றுத் தலையணையை எடுத்து ஊதத் தொடங்கினார். நான் வண்டியோடு கூட ஓடி வந்துகொண்டிருந்த கூட்டத்தையே பார்த்துக்கொண்டிருந்தேன்.

எந்தக் கணத்தில் அது நிகழ்ந்தது என்று தெரியவில்லை. கூட்டத்தில் ஒருவன் ஜன்னல் வழியே கைவிட்டு வண்டியின் கதவைத் திறக்க முயற்சி செய்து கொண்டிருந்திருக்கிறான். வண்டி கிளம்பியபோதும் அவன் தன் முயற்சியைக் கைவிடாமல் இன்னும் ஆவேசமாக முயன்றபடியே ஓடி வர, வண்டி வேகம் பிடிக்கத் தொடங்கிய நேரம் கதவும் திறந்துகொண்டது.

அவ்வளவுதான். ஒரு பத்திருபது பேராவது பாய்ந்து வந்து ஏறிவிட்டார்கள். காச்சுமூச்சென்று ஒரே சத்தம். கதவு திறக்காத களவாணிப் பசங்கள.ா இதென்ன உன் அப்பன் வீட்டு ரயிலா? இங்கே ஏறி அங்கே குதித்தார்கள். காலில் பட்ட பெட்டிகளை யெல்லாம் எட்டி உதைத்தார்கள். இதோ பாருங்கள், நீங்கள் செய்வது சரியில்லை. இது ரிசர்வ் கம்பார்ட்மெண்ட். நீங்கள் ஏறியது சட்டப்படி தவறு. யார் யாரோ பேசினார்கள். டிடிஆரைக் கூப்பிடுங்கள். யாரோ கத்தினார்கள்.

மனிதர் பெரிய கில்லாடியாக இருப்பார் என்று நினைக்கிறேன். வண்டி கிளம்பும்வரை காவல் தெய்வம் மாதிரி பெட்டிக்குள்ளேயே சுற்றிக்கொண்டிருந்துவிட்டு, தாழ்ப்பாளை உடைத்துக்கொண்டு அவர்கள் ஏறிய நேரம் அவர் நைசாகக் கம்பி நீட்டிவிட்டார். பாதகமில்லை. இதுவும் ஒரு அனுபவம். வெறுமனே சப்பாத்தி தின்பதைப் பார்த்துக்கொண்டிருப்பதைக் காட்டிலும் ரசமாகத்தான் இருக்கிறது.

வண்டி வேகமெடுக்கத் தொடங்கிவிட்டது. ஏறிய புதியவர்கள் நடைபாதையை அப்படியே ஆக்கிரமித்து உட்கார்ந்து

விட்டார்கள். எனக்குப் புரியாத மொழியில் அவர்களுடைய அறப்போராட்டம் வெற்றி கண்ட பரவசத்தைப் பகிர்ந்து கொண்டிருந்தார்கள். விஷயம் அதுவல்ல. எதிர் சீட்டுக் குடும்பத் தினருக்கும் அரக்கோணத்துக்காரருக்கும் இந்த அத்துமீறல் மிகுந்த கோபத்தையும் வெறுப்பையும் அளித்திருந்தது. இருவரும் வாய்க்கு வந்தபடியெல்லாம் அவர்களைத் திட்ட ஆரம்பித்தார் கள். காட்டு மிராண்டிகள். நாகரிகம் அறியாதவர்கள். வெறும் முரடர்கள். இவர்களையெல்லாம் கேட்பாரில்லை. டிடிஆர் கடங்காரர்களுக்கும் இவர்களுக்கும் எப்போதும் ரகசியக் கொடுக்கல் வாங்கல் தொடர்பு இருக்கும். வேண்டுமென்றேதான் வண்டி கிளம்பும் நேரம் இவர்களை அவர் உள்ளே அனுமதித் திருக்கிறார். வெளியில் இருந்தெல்லாம் கதவைத் திறக்கவே முடியாது. அவர்தான் திருட்டுத்தனமாகத் திறந்து விட்டிருக்க வேண்டும்.

ஏறிய புதியவர்கள் இதையெல்லாம் கண்டுகொள்ளவேயில்லை. அவர்கள் சிறு வியாபாரிகள் போலிருக்கிறது. ஏதோ கிராமத்தில் இருந்து சரக்கெடுத்துக்கொண்டு பக்கத்தில் எங்கோ டவுனுக்குப் போகிறவர்கள். ஏழெட்டுக் கூடைகளை அவர்கள் எடுத்து வந்திருந்தார்கள். ஓடும் ரயிலில் கூடைகளுடன் எப்படித்தான் ஏறினார்களோ. எல்லாமே அழுக்குக் கூடைகள். மேலே சிவப்பு நிறத்தில் துணி சுற்றி மூடியிருந்தது. ஒருத்தன் அதில் ஒரு கையை ஊன்றிக்கொண்டு கூடைக்கு அப்பால் பொச்சென்று ஒருதரம் துப்பினான். அரக்கோணத்துக்காரர் அலறிவிட்டார். என்ன இது சுத்த நான்சென்ஸாக இருக்கிறதே. ஏய், எழுந்திரு. இது என்ன உன் வீட்டு வாஷ் பேசினா? போய் கக்கூசில் துப்பிவிட்டு வா. கருமம். கருமம்.

போடா சர்தான் என்று அவன் ஒரு பார்வை பார்த்தான். கூட்டத்தில் ஒருவன் உரக்கக் குரல் எடுத்துப் பாட வேறு ஆரம்பித்துவிட்டான். முதல் நாள் மாலை ரயில் ஏறியதில் இருந்து ஒரு அசையாப் படத்தை பார்த்துக்கொண்டிருப்பது போலவே உணர்ந்த எனக்கு இது பெரிய ஆசுவாசமாக இருந்தது. என் இடத்தை விட்டு எழுந்து அரக்கோணத்துக்காரரை நகர்ந்து கொள்ளச் சொல்லிவிட்டு அவர் இடத்தில் நான் அமர்ந்துகொண்டேன். பாடிக்கொண்டிருந்த வனைப் பார்த்துப் புன்னகை செய்தேன். அவன் பாடியது ஏதோ ஒரு ஒரிய சினிமாப் பாட்டாயிருக்க வேண்டும். எனக்கு அந்தப் பாட்டு பிடிக்கவில்லை என்றாலும் அந்த உற்சாகம் பிடித்திருந்தது. ஒரு பார்வையாளன் அகப்பட்டுவிட்டான். அவனை ஏன் ரசிகனாகவும் ஆக்கிவிடக் கூடாது? அவன் மேலும் உற்சாகமாகப்

பாடத் தொடங்கினான். இரண்டு பேர் பிரம்புக் கூடைகளில் தாளம் போடத் தொடங்கினார்கள்.

சப்பாத்திக் குடும்பத்தினர் பொறுமை இழக்கும் எல்லையைத் தொட்டிருந்தார்கள். நான்கு பேரின் முகமும் தணல் மாதிரி ஜொலித்துக்கொண்டிருந்தது. வடக்கத்திக்காரர்களுக்கு இந்த மாதிரி ரயில் பயண அனுபவம் ஏற்கெனவே இருந்திருக்க வேண்டும். இருப்பினும் தமிழ் நாட்டுக்கு வந்து திரும்புகிறார்கள் அல்லவா? அந்த பாதிப்போ என்னமோ. நான்கு பேரும் அந்த அத்துமீறல்வாதிகளைக் கண்டபடி திட்டிக்கொண்டே இருந்தார்கள். அவ்வப்போது அரக்கோணத்துக்காரரும் அவர்களுடன் சேர்ந்து கொண்டார். எனக்கு இதுவும் சுவாரசியமாக இருந்தது. என்றால் மேலும் சுவாரசியம் கூட்டலாமே?

என் பங்குக்கு நானும் அந்தப் பாட்டுக்குத் தாளம் போட ஆரம்பித்தேன். அவ்வளவுதான். ஒருவன் பாடிக்கொண்டிருந்தான் அல்லவா? அவனோடு இன்னும் இரண்டு பேர் சேர்ந்து பாடத் தொடங்கிவிட்டார்கள். இப்போது பிரம்புக் கூடைத் தாளம் மறைந்து அவர்கள் சீட்டுகளிலேயே தாளம் போட ஆரம்பித்தார்கள். சத்தம் பலமாக இருந்தது. ஆரவாரமாக இருந்தது. சட்டென்று ஒருவன் எழுந்து ஆட ஆரம்பித்தான். நான் எழுந்து நின்று கைதட்டத் தொடங்கினேன். உடனே அவனுக்குக் குதூகலம் பீறிட்டுவிட்டது. சரேலென்று என்னை இழுத்து, என் கைகளைப் பிடித்துக்கொண்டு ஆட்டம் போடத் தொடங்கிவிட்டான்.

என் பார்வை அந்த எதிர் சீட்டுக்காரரின் பதினாறு வயது மகளின் மீதுதான் முதலில் சென்றது. அவள் என்னைப் பார்க்கிறாளா? நிறுத்தி நிதானமாகக் கவனிக்க முடியவில்லை. ஏனென்றால் எதிர் சீட்டுக்காரர் என்னையேதான் பார்த்துக்கொண்டிருந்தார். இவ்வளவு நேரம் ஒரு வார்த்தையும் பேசாமல் உம்மணாமூஞ்சி மாதிரி உட்கார்ந்திருந்தவனுக்குள் இப்படி ஒரு கிறுக்குப்பயல் இருப்பான் என்று அவர் எண்ணியிருக்க மாட்டார். சுத்த நான்சென்ஸ்.

என்ன வேண்டுமானாலும் நினைத்துக்கொள்ளட்டும். எனக்கு அந்தப் பாட்டும் ஆட்டமும் ரொம்பப் பிடித்துவிட்டது. என்னை அறிந்தவர்கள் யாருமில்லாத ரயில் பெட்டி. ஆடினால் என்ன? பாடினால் என்ன? பத்து நிமிஷம் அந்த கிராமத்தான் கையைப் பிடித்துக்கொண்டு ஆடித் தீர்த்திருப்பேன். மூச்சு வாங்க உட்கார்ந்த போது அந்தக் கூட்டமே என்னைப் பார்த்து சினேகமாகச் சிரித்தது.

ஒருத்தன் சட்டென்று சிவப்புத் துணி போட்டுக் கட்டியிருந்த தன் பிரம்புக் கூடையின் கட்டைப் பிரித்தான்.

குப்பென்று புகையிலை வாசனை. வயல் வெளியில் இருந்து பறித்துக் காயவைத்து எடுத்து வந்திருக்கிறார்கள். எங்கோ கொண்டு விற்கப் போகிறார்கள் போலிருக்கிறது. நான் பார்த்துக் கொண்டே இருந்தேன். ஒரு புகையிலைக் கட்டையை அதற்குமுன் நான் கண்டதில்லை. நீள நீளமாக பாம்புத்தோல் மாதிரி இருந்தது. கறுத்தும் கனத்தும் சுருண்டும் கிடந்த புகையிலைக் கட்டைகள். அவன் அதிலொன்றை உருவி என்னிடம் நீட்டினான். கடித்துத் தின்னச் சொல்கிறானா, பொடித்து மெல்லச் சொல்கிறானா என்று புரியவில்லை. இருப்பினும் அதை வாங்கிக்கொண்டேன். மூக்கருகே வைத்து முகர்ந்து பார்த்தது பேரனுபவமாக இருந்தது. ஒரு விள்ளல் கிள்ளியெடுத்து உள்ளங்கையில் வைத்துக் கசக்கி வாயில் போட்டுக்கொண்டேன். கசக்கிய உள்ளங்கையை மீண்டும் முகர்ந்து பார்த்தேன். அவனைப் பார்த்துச் சிரித்தேன்.

அப்படியே காம்யுவின் வாசனை.

# ஒரு முத்தம்

இது அவனுடைய கதை. அவன் பேரைச் சொல்லி எழுதத்தான் திட்டம் போட்டேன். இரண்டாவது பத்தியை எட்டும்போதே வேண்டாமென்று தோன்றிவிட்டது. காலம் எழுத்தாளனுக்குச் சாதகமாக இல்லை. என்றைக்கும் போலத்தான். குறைந்தபட்சம் பெண்டாட்டி பிள்ளை குட்டியுடன் அவன் செளக்கியமாக இருக்கவேணுமென்று நினைப்பதில் என்ன தவறு? அவன் என் நண்பன். பார்த்து இருபது வருஷங்களுக்குமேல் ஆகிவிட்ட தென்ற போதிலும். தொடர்பே இல்லை என்ற போதிலும். நான் எழுதுகிற மொழி அவனுக்குத் தெரிய வாய்ப்பே இல்லை என்றாலுமேகூட. பாதகமில்லை. அவன் வேறு நான் வேறில்லை. ஆன்மாவின் அடியாழத்தில் யாருமேகூட யார் யாரோ இல்லையயல்லவா!

கல்கத்தாவில் அப்போது மழை பெய்துகொண்டிருந்தது. சாலை யெல்லாம் வாணலியில் வதங்கும் கத்திரிக்காய் போலாகி விட்டிருந்தது. குப்பை எது மண் எது, குழி எது, தார்ச்சாலை எது என்று தெரியாமல்தான் கால் வைக்க வேண்டும். ரொம்பக் கஷ்டம். ஆனால் ஒரு பெரும் மக்கள் கூட்டம் இதைப் பொருட் படுத்தவே செய்யாமல் எங்கோ போர்க்களம் போய்க்கொண்டிருப்பது போல நகர்ந்துகொண்டே இருந்தது. எத்தனை ஆயிரம் மக்கள். இந்த நகரத்தின் சந்தடி மழை நாளில் கூட அடங்குவதில்லை. காரோட்டிகளும் இழூரிக்?ஷாக்காரர்களும் பாரபட்சமில்லாமல் நடந்துபோகிறவர்கள் மீது சேறு வாரிப் பூசியபடியே

போனார்கள். யாரும் திட்டவில்லை. சேறடிப்பது வாகனங்களின் பிறப்புரிமை போலிருக்கிறது.

'நாம் ஒரு டாக்சி பிடிப்போமா?' என்று அவனிடம் கேட்டேன்.

'இல்லை. நடக்கலாம். எனக்கு ஒன்றும் பிரச்னையில்லை' என்று அவன் பதில் சொன்னான். இதற்குமேல் நனையவும் ஒன்றுமில்லை, நனையாமல் காக்கவும் ஒன்றுமில்லை. இது ஒரு அனுபவம். மொழி தெரியாத ஊரில் கிடைத்த புதிய நண்பன். அவனுக்கும் வங்காளம் தெரியாதுதான். அவன் பாரதத்தின் மேற்கு மூலையில் இருந்து வந்திருந்தான். நான் தெற்கு மூலை. அவன் கவிஞன். நான் கதை எழுதுபவன். அவனுக்கு அப்போதே திருமணம் ஆகி, ஒரு பெண் குழந்தை இருந்தது. எனக்குப் பெண் பார்த்து நிச்சயம் செய்திருந்தார்கள். அவன் ஒரு கம்யூனிஸ்டு. நானோ கம்யூனிசமும் காலராவும் ஒன்றென நம்புபவன். எப்படிப் பார்த்தாலும் ஒட்டாத ஜந்துக்கள். ஆனாலும் அந்த நகரத்தில் நாங்கள் அன்று காலை சுமார் ஏழே முக்கால் மணியளவில் ரயில்வே ஸ்டேஷனில் வைத்து நண்பர்கள் ஆகியிருந்தோம்.

விருது விழா அழைப்பிதழில் எங்கள் புகைப்படங்கள் பிரசுரமாகி யிருந்தன. பெரிய கௌரவமான விருது. தேசத்தின் நான்கு மூலைகளில் இருந்தும் நான்கு பேரைத் தேர்ந்தெடுத்துக் கௌரவிக்க அழைத்திருந்தார்கள். எழுதுபவனுக்கு வேறென்ன வேண்டும்? இது ஒரு கிளுகிளுப்பு. மேடைக் கிளுகிளுப்பு. பரம சுகமாக இருக்கும். ஓரே ஒரு கணமாயினும் உலகமே நமக்காகக் கைதட்டுவது போலத் தோன்றும் சுகம் எல்லோருக்கும் வாய்க்காது. எழுத்தாளன் கொம்பு முளைத்தவந்தான். சந்தேக மில்லை. ஆனால் சொல்லிக்கொள்ளக் கூடாது. பேங்க் லாக்கரில் வைர நெக்லஸ் இருக்கிறது என்று அவ்வப்போது பக்கத்து வீட்டுப் பெண்ணிடம் போகிற போக்கில் வெறும் தகவலாக உதிர்த்துச் செல்வது மாதிரிதான் இதையும் பேணவேண்டும். இதெல்லாம் ஒரு கலை. ஒரு சாகசம்.

அவன் கையில் விழா அழைப்பிதழ் இருந்தது. இல்லாவிட்டால் ஸ்டேஷனில் இருந்து வெளியே போக விடமாட்டார்களோ? நான் சென்ற ரயில் நின்று, இறங்கி நடக்கத் தொடங்கியபோது என்னை அழைத்துச் செல்ல வந்திருந்த அமைப்பாளர்களுடன் அவனும் நின்றிருந்தான். பத்து நிமிஷம் முன்னால் வந்த ரயிலில் தான் அவன் வந்திருந்தான். வரவேற்பெல்லாம் கனஜோராக

இருந்தது. அமைப்பாளர்களை அறிமுகப்படுத்தியதும் அவனையும் எனக்கு அறிமுகம் செய்துவைத்தார்கள். பெரிய கவிஞன். ஆறு புத்தகங்கள் வந்திருக்கின்றன. இதற்குள் மூன்று வெளி தேசத்து மொழிகளில் அவனது கவிதைகள் வெளியாகியிருக்கின்றன.

நான் ஹலோ என்று கை நீட்டினேன். அவன் கையில் இருந்த அழைப்பிதழை அருகே இருந்த அமைப்பாளரிடம் கொடுத்தான். தோளில் இருந்த பெரிய மூட்டையை இறக்கிக் கீழே வைத்தான். இயேசுநாதர் மாதிரி இரண்டு கைகளையும் உயர்த்தி பிறகு என்னை நோக்கி நீட்டினான். இரண்டே அடிகள். பாய்ந்து வந்து அப்படியே ஆரத் தழுவிக்கொண்டான். எனக்குக் கொஞ்சம் வெட்கமாகப் போய்விட்டது. என் ஹலோவை அவன் செருப்பால் அடித்து விட்டான். சிநேகபாவமென்றால் இதுவல்லவா. முகம் தெரிவதோ, மொழி தெரிவதோ, முன் தெரிவதோ அத்தனை முக்கியமா? எழுத்து என்கிற ஒரு கண்ணியில் இரண்டு பேரும் இணைந்திருக்கிறோம். அதற்குமேல் வேறென்ன வேண்டும்?

அன்று காலையே சொதசொதவென்று மழை பிடித்துக் கொண்டிருந்தது. எஸ்பிளனேடு பகுதியில் எங்களுக்கு ஒரு ஹோட்டலில் அறை போட்டிருந்தார்கள். போக்குவரத்து நெரிசலில் சிக்கி எங்கள் டாக்சி அந்த ஹோட்டலுக்குப் போய்ச் சேரும்போது ஒன்பது மணிக்குமேல் ஆகிவிட்டது.

'நீங்கள் குளித்து டிபன் சாப்பிட்டு ஓய்வெடுங்கள். மாலை விழாவுக்கு அழைத்துச் செல்ல ஐந்து மணிக்கு வண்டி வந்துவிடும்' என்று சொல்லிவிட்டு விழா அமைப்பாளர்கள் போய் விட்டார்கள். கவர்னரும் யாரோ ஒரு மத்திய அமைச்சரும் விழாவுக்கு வருவதாகச் சொன்னார்கள். கவர்னருக்குக் கவிதை கதையெல்லாம் ஒத்துக்கொள்ளுமா என்று அவன் கேட்டான். உரக்கப் பேசாதே, அவர் பங்குக்கு ஒரு தொகுப்பை எடுத்து நீட்டிவிட்டால் நீயும் நானும் காலி என்று அவன் காதோடு சொன்னேன். அவன் சிரித்தான்.

அன்று மதியம் வரை நாங்கள் குளிக்கக்கூட இல்லை. ஒப்புக்கு நாலு பூரி சாப்பிட்டுவிட்டு, அரை மணிக்கொருதரம் தேநீர் குடித்தபடி ஏதேதோ பேசிக்கொண்டே இருந்தோம். மழையில் நனைந்தபடியே கொஞ்சம் வெளியே சுற்றினோம். என் ஆங்கிலத்தைவிட அவன் பேசிய ஆங்கிலம் சிறிது சுத்தமாக இருப்பது போலப் பட்டது. இந்த உணர்வு ஒரு பெரும் இம்சை.

அசந்தால் தாழ்வு மனப்பான்மையாக உருப்பெற்றுவிடும். அப்புறம் இலக்கியம் பேச முடியாது. எனவே நான் குற்றம் கண்டுபிடிக்க முடியாதபடி ரொம்ப வேகவேகமாகப் பேச ஆரம்பித்தேன்.

நீ ஏன் கவிதை எழுதுவதில்லை என்று அவன் என்னைக் கேட்டான். யோசித்தேன். இதுவும் தாழ்வு மனப்பான்மைதான். எனக்கு அத்தனை உயரம் சாத்தியமில்லை என்று பதில் சொன்னேன். அவனுக்கு ரொம்ப ஆச்சரியமாகப் போய்விட்டது. 'நீ அப்படியா சொல்கிறாய்?' என்று திரும்பத் திரும்பக் கேட்டான்.

'ஏன் இத்தனை சந்தேகம்? என் மொழியில் கவிதையின் உச்சம் தொட்ட படைப்பாளிகள் பலர் இருக்கிறார்கள். உலகத்தரம் என்பதை நியாயமாக அவர்களை வைத்துத் தீர்மானிக்க வேண்டும். துரதிருஷ்டம், தமிழ் கடல் தாண்டாது' என்று பதில் சொன்னேன். மைகாட், மைகாட் என்று நாலைந்து முறை சொல்லிக்கொண்டான். அவனுக்கு முப்பது வயதிலேயே ஆங்கில மொழிபெயர்ப்பு சாத்தியமாகிவிட்டிருக்கிறது. ஆங்கிலத்தில் இருந்து பிரெஞ்சு, இத்தாலி, ஸ்பானிஷ் என்று ஏழெட்டு வருடங்களில் மூன்று மொழி மாற்றங்கள் சித்தித்திருக்கின்றன.

'ஒரு இத்தாலியப் பத்திரிகையில் என் கவிதையை வெளியிட்டு இந்திய மதிப்புக்கு பத்தாயிரம் ரூபாய் சன்மானம் அனுப்பி யிருந்தார்கள்!' என்றான். அடேயப்பா. பத்தாயிரம் ரூபாய்! நான் உடனே கேட்டேன். அந்தப் பணத்தை என்ன செய்தாய்?

அவன் சில வினாடிகள் யோசித்தான். பிறகு, 'நாலு நாள் கோவாவுக்குப் போனேன். இரண்டு பெண்களை உடன் அழைத்துப் போயிருந்தேன். குடித்து, கொண்டாடித் தீர்த்தேன். உண்மையில் நான் அந்தக் கவிதையை எழுதியபோதுகூட அத்தனை பெரிய கவிஞனாக உணரவில்லை. கோவாவில்தான் அதை முழுதாக உணர்ந்தேன்' என்று சொன்னான்.

எனக்கு உள்ளங்காலெல்லாம் சூடாகிவிட்டது. பேச்சு மூச்சில்லை. சொன்னேனே, கிளுகிளுப்பு. இது மேடைக் கிளுகிளுப்பைக் காட்டிலும் பெரிது. எப்படி? எப்படி? அந்த அனுபவத்தைச் சொல்லு என்று அவனை மேலும் தூண்டினேன். அவன் சிரித்தான். 'இரு. நீ யாரையாவது காதலித்திருக்கிறாயா?' என்று கேட்டான்.

'அட எனக்கந்தக் கொடுப்பினை இல்லையப்பா. நீ விஷயத்தைச் சொல்லு.'

'நான் சுமார் முன்னூறு பெண்களைக் காதலித்திருக்கிறேன். யாரை வட்டம் போடுகிறேனோ அவள் தன்னால் வந்து விழுந்து விடுவாள். இது என் ராசி' என்றான்.

ஆள் பார்க்கக் கொஞ்சம் ஷோக்காகத்தான் இருந்தான். முன் நெற்றியில் லேசாக வழுக்கை விழத் தொடங்கியிருந்தாலும் நீளமான முடியால் அதை மறைத்திருந்தான். பேப்பரில் கப்பல் செய்தால் நடுவில் ஒரு முக்கோண நீட்டல் வருமே. அப்படி இருந்தது அவன் மூக்கு. கொஞ்சம் பூனைக் கண்ணோ? கன்னம் ஒட்டித்தான் இருந்தது. ஆனாலும் ஒரு கவர்ச்சி இருந்தது. கவிஞன் என்பதால் வந்த கவர்ச்சியாயிருக்கலாம்.

'ஆனால் நான் பழகும் பெண்களிடம் கவிதை பற்றிப் பேசுவதே யில்லை' என்றான். ரொம்ப கெட்டிக்காரன். பெண்டாட்டியிடம் கம்யூனிசம் பேசமாட்டான். கவிதையில் பெண்டாட்டி பிள்ளையைப் பற்றிக் குறிப்பிட மாட்டான். உத்தியோகம் பார்க்கும் இடத்தில் தான் ஒரு கவிஞன் என்பதையேகூடக் காட்டிக்கொள்ள மாட்டான்.

அவனே சொன்னதுதான் இதெல்லாம். 'ரொம்ப சின்ன வாழ்க்கை நமக்கு. பைபிள் காலத்து மக்கள் மாதிரி தொள்ளாயிரம் வருஷம், எண்ணூறு வருஷமெல்லாமா வாய்ச்சிருக்கு? இருக்கறதுக்குள்ள வாழ்ந்துடணும்.'

நான் யோசிக்க ஆரம்பித்தேன். வாழ்வது என்பதுதான் என்ன? பெண்பிள்ளை சகவாசம் இல்லை என்றால் வாழ்க்கையே அர்த்தமற்றதுதானேனோ?

'அப்படியில்லே. ஒவ்வொரு பெண்ணும் ஒரு தொகுப்பு. ஒவ்வொரு தொகுப்பும் ஒரு வாழ்க்கை. நீ கொஞ்சம் கவிஞனாகணும். அப்போ புரியும். வெறும கதை எழுத பொண்டாட்டி போதும். கவிதைக்கு சிநேகிதிகள் அவசியம்' என்றான்.

சரிதான், ஒருதரம் கவிஞனாகிப் பார்த்தால் போகிறது.

உடனே அவன் பரவசமுடன் எழுந்துகொண்டான். 'இன்னிக்கே?' என்று கேட்டான். டேய், இது அசலூர். நாம் விருது பெற வந்திருக்கிறோம். இங்கே என்னவாவது விவகாரத்தில் மாட்டிக் கொண்டு அசிங்கப்பட நான் தயாரில்லை என்று கறாராகச் சொல்லிப் பார்த்தேன். அவன் கேட்பதாயில்லை.

'நீ வா என்னோடு' என்று கையைப் பிடித்துத் தரதரவென்று அறையைவிட்டு வெளியே அழைத்து வந்தான். அந்த நீளமான

வராண்டாவில் அப்போது நாங்கள் இரண்டு பேர் மட்டுமே நின்றுகொண்டிருந்தோம். வெளியே மழை விட்டபாடில்லை. இப்படி மழை பெய்தால் விழாவுக்குக் கைதட்ட யார் வருவார்கள் என்று எனக்குக் கவலையாக இருந்தது. மறுநாள் தொலைக்காட்சி, பத்திரிகைகளில் எல்லாம் எங்கள் பேட்டிகளும் போட்டோக்களும் வரப் போகின்றன. உருப்படாமல் போகப் போகிறேன் என்று தீர்மானமாக நம்பிக்கொண்டிருந்த என் குடும்பத்துக்கு இந்த விருதின் மூலம் கொஞ்சம் நம்பிக்கையளிக்க நான் போட்டிருந்த திட்டத்தையெல்லாம் அவனுக்கு எடுத்துச் சொல்ல நினைத்தேன்.

அவனா கேட்பவன்? 'நண்பா, ஒன்று இரண்டு மூன்று என்று ஐந்நூறு வரை எண்ணு. எண்ணிக்கொண்டே இரு, இதோ வருகிறேன்' என்று எனக்குக் கட்டளை இட்டுவிட்டு விறுவிறு வென்று படியிறங்கிப் போய்விட்டான்.

எனக்கு பயம் பிடித்துக்கொண்டது. ஏதாவது இசைகேடாக ஆகிவிட்டால் என்ன செய்வது? ஆனால் அவன் எதற்கும் துணிந்தவன் போலிருக்கிறது. எப்படியோ இருந்துவிட்டுப் போகட்டும். என்னை சாட்சியாக வைத்துக்கொண்டு எதற்கு இப்படியெல்லாம் திருவிளையாடல் நடத்த நினைக்கிறான்? மொழியே புரியாவிட்டாலும் அவனைக் கவிஞனாக ஏற்றுக் கொள்வதில் எனக்கு எந்தவித மனச்சிக்கலும் இல்லை. ஆனால் களியாட்டம்தான் கவிஞனின் கல்யாணகுணம் என்று நிறுவ நானா அகப்பட்டேன்?

கொஞ்சம் படபடப்பாக இருந்தது. சத்தமில்லாமல் அறையைக் காலி செய்துவிட்டு எங்காவது ஓடிவிடலாமா என்று தோன்றியது. அவன் அதிக நேரம் எடுத்துக்கொள்ளவில்லை. சீக்கிரமே அறைக்குத் திரும்பிவிட்டான். நல்லவேளை தனியாக வந்தானே என்று கொஞ்சம் ஆசுவாசப்பட்டேன். ம்ஹூம். இப்போது அவன் கையில் ஒரு பை இருந்தது. உள்ளிருந்து நான்கு பீர் பாட்டில்களை எடுத்து வெளியே வைத்தான்.

'குடிப்பாய் அல்லவா?'

நான் ஒன்றும் சொல்லவில்லை. அவனே ஒன்றைப் பல்லால் கடித்துத் திறந்து என் கையில் கொடுத்தான். 'நீ ஒரு கவிஞனே இல்லை' என்று சொல்லிவிட்டு பாட்டிலை நகர்த்தி வைத்தேன்.

'ஏன்?'

வெளியே மழை பிய்த்துக்கொண்டு ஊற்றுகிறது. இந்த நேரத்தில் ஜில்லென்று பீர் வாங்கி வருவது என்ன ரசனை?'

அவன் சிரித்தான். நடு ராத்திரி ஐஸ் க்ரீம் சாப்பிடும் ரசனைதான் என்று சொன்னான்.

'இதோ பார், மாலை விழா இருக்கிறது. அமைப்பாளர்கள் ஐந்து மணி என்று சொன்னாலும் கவர்னர் வருவதால் இன்னும் சீக்கிரமே நம்மை அழைத்துப் போக வந்தாலும் வந்து விடுவார்கள். இதெல்லாம் ரொம்பத் தப்பு.'

அவன் கவனித்ததாகவே தெரியவில்லை. யாரோ ரெடி, ஸ்டெடி, ஒன் டு த்ரீ, கோ என்று சொன்னது மாதிரி ஒரு பாட்டிலைத் திறந்து ஒரே மூச்சில் கடகடவென்று குடித்து முடித்துவிட்டு பொத்தென்று கீழே வைத்து ஒரு தரம் மூச்சு விட்டான். சிரித்தான். எனக்குக் கொஞ்சம் பயமாக இருந்தது.

மீண்டும் ரெடி ஸ்டெடி ஒன் டு த்ரீ. அடுத்த பாட்டில். அதுவும் ஒரே மூச்சு.

'டேய் பாவி, போதும்!' என்று கத்தினேன்.

'அவ்ளோதான்' என்றான்.

'அப்ப எதுக்கு நாலு பாட்டில் வாங்கினே? எனக்கு இதெல்லாம் வேணாம்.'

அவன் ஒரு கணம் என்னை உற்றுப் பார்த்துக் கண்ணைச் சிமிட்டினான். 'அவ இப்ப வருவா. அவளுக்கு வேண்டியிருக்கும்.'

தூக்கிவாரிப் போட்டுவிட்டது எனக்கு. சரியான கிறுக்கனாயிருப்பான் போலிருக்கிறதே. எனக்கு பயமும் பதற்றமும் பிடித்துக் கொண்டது. சட்டென்று ரொம்பத் தீவிரமாகிவிட்டேனோ? வெளியே மழை மட்டும் இல்லையென்றால் கண்டிப்பாக வெளியேறியிருப்பேன். இதென்ன ரோதனை!

அதற்குப் பின் அவனோடு பேசவில்லை. ஒரு ஓரமாகப் போய் உட்கார்ந்துகொண்டேன். மேசை மீது அவனது கவிதைத் தொகுப்பின் ஆங்கில மொழிபெயர்ப்பு நூல் இருந்தது. பார்க்கக் கொஞ்சம் எரிச்சலாக இருந்தது. அவன் யாரை வரச் சொல்லி விட்டு வந்திருக்கிறான் என்று தெரியவில்லை. ஆனால் அறைக்குள் இன்னொரு நபர் யார் நுழைந்தாலும் நான் கண்ணை மூடிக்கொண்டு வெளியேறிவிடுவது என்று முடிவு செய்தேன்.

'ஆனால் நண்பா, அதுவரை நீ என் புத்தகத்தைப் புரட்டலாமே? என் கவிதைகள் உன்னை ஏமாற்றாது' என்று சொன்னான். சட்டென்று எனக்குச் சிரிப்பு வந்துவிட்டது. காலை ரயில் நிலையத்தில் அவன் ஆனந்தமயமாக என்னைக் கட்டித் தழுவி வரவேற்ற காட்சி நினைவில் வந்தது. சரி, அதற்காகவாவது படிக்கலாம் என்று எடுத்துப் பிரித்தேன்.

அறைக்கதவு தட்டப்படும் சத்தம் கேட்டது. இரு, ஓடிவிடாதே என்று சொல்லிவிட்டு அவன் போய்க் கதவைத் திறந்தான். அந்தப் பெண் உள்ளே நுழைந்ததும் உடனே கதவை அடைத்துத் தாழ்ப்பாள் போட்டான்.

இதற்குமேல் நான் எங்கே கவிதை படிப்பது? நடப்பதை நம்பவும் முடியாமல் நிராகரிக்கவும் முடியாமல் அச்சமும் கவலையுமாக இருவரையும் மாறி மாறிப் பார்த்தேன்.

'உட்கார்' என்று அவன் சொன்னான். அந்தப் பெண் கட்டில்மீது உட்கார்ந்தாள். குடிக்கிறாயா என்று கேட்டுவிட்டு ஒரு பாட்டிலை எடுத்தான். அவள் வேண்டாம் என்று சொன்னாள். அவன் வற்புறுத்தவில்லை. தானே கொஞ்சம் குடித்துவிட்டு பாட்டிலை வைத்தான். 'இவன் என் நண்பன். பெரிய எழுத்தாளன்' என்று என்னை வேறு அறிமுகம் செய்தான். நானாவது அவனது கவிதைத் தொகுப்பைத் தொட்டுப் பார்த்துவிட்டேன். அவனுக்கு என் கதைகளில் ஒன்றைக்கூடத் தெரியாது. புத்தகத் தலைப்புகூடத் தெரியாது. ஆனாலும் பெரிய எழுத்தாளன் என்று சொல்கிறான்! என்ன ஒரு மனசு.

அவள் எனக்குப் பணிவுடன் வணக்கம் சொன்னாள். நான் பதிலுக்குச் சொல்லவில்லை என்று ஞாபகம். மணி பார்த்தேன். மதியம் இரண்டை நெருங்கிக்கொண்டிருந்தது. சாப்பிட வேண்டும் என்று அவனுக்கு ஞாபகப்படுத்தினேன். 'சாப்பிடேன்?' என்று சிரித்தான். பயங்கர எரிச்சலாக இருந்தது. ஒரு முடிவுடன் வேகமாக எழுந்து போய்க் கட்டிலில் இருந்து ஒரு தலையணையை எடுத்துத் தரையில் போட்டேன். ஒரு பெட்ஷீட்டை உருவி விரித்தேன். சுவரைப் பார்க்கத் திரும்பிப் படுத்து கண்ணை மூடிக்கொண்டு விட்டேன். மாலை விழா முடிந்து இரவு ரயிலேறிவிட்டால் இவன் யாரோ நான் யாரோ. நெஞ்சார ஒருமுறை கட்டித் தழுவியதற்காக இந்தக் கருமாந்திரங்களையெல்லாம் என்னால் சகித்துக்கொள்ள இயலாது என்று எனக்குள் சொல்லிக்கொண்டேன்.

அவன் நாலைந்து முறை என்னைக் கூப்பிட்டான். நான் வம்படி யாகக் கண்ணைத் திறக்கவேயில்லை. அப்படியே தூங்கியும் இருக்கிறேன். பொதுவாகப் பசி இருந்தால் தூக்கம் வராது. ஆனால் பயம் இருந்தால் வரும் போலிருக்கிறது. எத்தனை நேரம் தூங்கினேன் என்று தெரியவில்லை. கண் விழித்துப் பார்த்தபோது அவன் கட்டில்மீது தனியே அமர்ந்து ஏதோ எழுதிக்கொண்டிருந் தான். அவளைக் காணோம். கொஞ்சம் நிம்மதியாக இருந்தது. எழுந்து உட்கார்ந்து அதிகாரமாக, 'ஒரு காப்பி சொல்லு' என்றேன்.

கதவு தட்டப்படும் சத்தம் கேட்டது. என்ன ஆச்சரியம்? ஏற்கெனவே அவன் காப்பிக்குச் சொல்லியிருக்கிறான். நான் நன்றியுடன் பார்த்தேன். 'எனக்குத் தூங்கி எழுந்ததும் காப்பி வேண்டும். அதுவும் உடனடியாக.'

'குடி' என்றான்.

குடித்து முடித்துவிட்டு, 'சொல்லு. அவ யாரு? எப்ப போனா?' என்றேன். நான் எப்பேர்ப்பட்ட எழுத்தாளன், எத்தனை சொற்சிக்கனம் மிக்கவன் என்பது அவனுக்குப் புரிந்திருக்க வேண்டும்.

எழுந்து வந்து என் அருகே அமர்ந்தான். 'ஒண்ணும் நடக்கலே. சும்மா ஒரு முத்தம் மட்டும் கொடுத்தேன். அவ்ளோதான். அனுப்பிட்டேன்' என்றான்.

என்னால் நம்பமுடியவில்லை. நிஜமாவா நிஜமாவா என்று ஏழெட்டு தரம் கேட்டேன்.

'மழைக்கு நல்லாருக்கும்னு நெனச்சது வாஸ்தவம்தான். ஆனா ஒரு முத்தம் குடுத்ததுமே ஒரு கவிதை வந்துடுச்சி. அதுக்குமேல அவ இடைஞ்சல். அதான் அனுப்பிட்டேன்' என்றான்.

# மாலுமி

ஆதியிலே வினாயகஞ் செட்டியார் என்றொரு தன வணிகர் மதராச பட்டணத்திலே வண்ணாரப்பேட்டை கிராமத்தில் தனது குடும்பக் கிழத்தி, குஞ்சு குளுவான்களோடு செளக்கியமாக வசித்து வந்தார். துறைமுக வளாகத்தில் வந்திறங்கும் பர்மா ஷேல் எண்ணெய் கம்பேனியின் சரக்குகளைப் பட்டணத்தின் பல திக்குகளிலும் இருந்த அக்கம்பேனியின் சேமிப்புக் கிட்டங்கி களுக்குக் கொண்டு சேர்க்கிற ஒப்பந்த ஊர்திகளில் ஒன்பது ஊர்திகள் அவருக்குச் சொந்தமானவையாக இருந்தன. பர்மா ஷேல் கம்பேனியாரிடம் தாம் சம்பாதனை பண்ணும் தொகையைச் சிந்தாது சிதறாது சேகரம் பண்ணி வினாயகஞ் செட்டியார் வட்டிக்கு சுற்று விடுவதை வழக்கமாகக் கொண்டிருந்தார். இவ்வாறாகப் பல ஆண்டுக்காலம் அவர் சிறுகவும் பெருகவும் சேகரித்த பணத்தைக் கொண்டு தமது முதல் இரண்டு புத்திரிகளுக்கு விமரிசையாகக் கலியாணஞ் செய்து வைத்தார்.

வினாயகஞ் செட்டியாரின் மூத்த புத்திரி வடிவம்மை, தட்டாஞ் சாவடிக்கு வாழ்க்கைப்பட்டுப் போனாள். அவளது புருஷன் முத்தைய அங்கே பலசரக்குக் கடை வைத்துப் பிழைத்துக் கொண்டிருந்தான். அதன் லாபத்தில் வட்டித்தொழில் செய்து கொண்டிருந்தான். அவர்களுக்கு இராமநாதன், லீலாவதி என்று இரண்டு மகவுகள் பிறந்தன. செட்டியாரின் இரண்டாவது புத்திரி முத்துலட்சுமி திருப்போரூருக்கு வாழ்க்கைப்பட்டுப் போனாள்.

அவளது புருஷன் கருப்பையா அங்கே அச்சுக்கூடம் வைத்துப் பிழைத்துக்கொண்டிருந்தான். அதில் வந்த லாபத்தில் வட்டித் தொழில் செய்துகொண்டிருந்தான். அவர்களுக்குத் திருநாவுக்கரசு என்ற மகன் பிறந்தான். மூன்றாவது புத்திரியான மகேசு என்கிற மகேசுவரியை வினாயகஞ் செட்டியார் பாண்டிச்சேரியில் வசித்து வந்த லெட்சுமணச் செட்டியார் விசாலாட்சி தம்பதியரின் ஏக புத்திரனும் பிரெஞ்சு அரசாங்கக் காரியஸ்தனுமான முத்துக்குமார சாமிக்குக் கலியாணஞ் செய்துகொடுக்கப் பேச்சு வார்த்தை நடத்திக்கொண்டிருந்தார்.

இந்தப் பேச்சு வார்த்தை நடந்துகொண்டிருந்த காலத்திலே வினாயகஞ் செட்டியார் வாசம் செய்துகொண்டிருந்த மதரச பட்டணத்துக்கு ஒரு விநாசம் வந்து சேர்ந்தது. யுத்த காலமென்ப தால் பொதுவாகவே ஜனங்கள் கலவரமும் பயப்பீதியும் கொண்டு திரிந்துகொண்டிருந்தார்கள். அது போதாதென்று வான் முல்லர் என்னும் கப்பற்படைத் தலைவரின் கட்டுப்பாட்டில் இயங்கிய எம்டன் என்னும் ஜெர்மானிய போர்க்கப்பல் மதராச பட்டணத்தின் கடற்கரையை நெருங்கி வந்து நின்றுகொண்டது. அது ராப்பொழுது என்பதாலும் எதிரிக் கப்பல்களின் நடமாட்டத்தைக் கண்காணிக்கும் படைப்பிரிவு என்று மதராச பட்டணத்தில் ஒன்றுமில்லாததாலும் எம்டன் கப்பல் மையம் கொண்டதை யாரும் அறிந்திருக்கவில்லை. விளக்கு வைத்து ஒரு ஜாமம் கழிந்த பொழுதில் சமுத்திரக் கரையில் இருந்து ஒன்றரை மைல் தொலைவில் நங்கூரமிட்டிருந்த எம்டன் கப்பலானது, ஒன்பதரை மணி சுமாருக்குத் தனது பீரங்கிகளை இயக்கி வெடிக்க ஆரம்பித்தது.

அது வினாயகஞ் செட்டியாரின் கெட்ட நேரம்தான் என்பதில் சந்தேகமில்லை. எம்டன் கப்பல் எறியத் தொடங்கிய முதல் முப்பது சுற்றுக் குண்டுகளும் கரையோரம் இருந்த பர்மா ஷேல் கம்பெனியின் எண்ணெய் டாங்குகளைத்தான் குறி வைத்து வந்து தாக்கின. அதுவும் வினாயகஞ் செட்டியார் எடுத்துச் சென்று சேர்ப்பிக்க வேண்டிய சரக்கு நிறைந்த டாங்குகளாக இருந்தன. அன்றைக்குச் செவ்வாய்க் கிழமை என்பதாலும் பொன் கிட்டினாலும் புதன் கிட்டாதென்னும் பழமொழியின்பால் வினாயகஞ் செட்டியாருக்குப் பிரீதி உண்டென்பதாலும் மறுநாள் விடிந்ததும் தனது வாகனங்களைத் துறைமுகத்துக்கு அனுப்பி வைக்க உத்தேசித்திருந்தார். ஆனால் அதற்குள் எம்டன் கப்பலில்

இருந்து புறப்பட்டு வந்த பீரங்கிக் குண்டுகள் அந்த எண்ணெய் டாங்குகள் அனைத்தையும் தாக்கி நொறுக்கிவிட்டன. துறைமுகத்தில் கோடி பிணங்களைக் கொட்டிக் கொளுத்தினாற் போலே தீ கொழுந்துவிட்டு எரியத் தொடங்கியது.

வினாயகஞ் செட்டியாருக்கு சேதி வந்து சேர்ந்தபோது குண்டு வீசிய எம்டன் கப்பல் திரும்பிச் சென்று, பிரம்ம முகூர்த்தமே தொடங்கியிருந்தது. நடந்த எதையும் அறியாமல் அரிதுயில் கொண்டிருந்த செட்டியாரை அவரது விசுவாசியான ஊழியன் ஆறுமுகச் சாமி கதவைத் தட்டி எழுப்பி, பதைக்கப் பதைக்க நடந்ததைச் சொல்லி முடித்தான். செட்டியாருக்கு பூமி கிடுகிடுத்தது. 'ஐயோ மோசம் போனோமே. இனி பர்மா ஷேல் கம்பேனியே இருக்காதே' என்று அப்போதே தலையில் கைவைத்து அவர் புலம்ப ஆரம்பித்துவிட்டார். கம்பேனி இல்லாது போனால் ஏஜென்சி இல்லாது போகும். ஏஜென்சி இல்லாது போனால் பண வரத்து இல்லாது போகும். எண்ணெய்ப் பணம் வராது போனால் வட்டித் தொழில் சண்டித்தனம் செய்ய ஆரம்பிக்கும். உடனடிச் சிக்கல் ஒன்றுமிராது என்றபோதிலும் அவரது மூன்றாவது புத்திரி மகேசுவரியின் கலியாண காரியங்களில் சுணக்கம் ஏற்படலாம். தொழில் நொடித்துவிட்ட விவகாரம் தெரியவந்தால் பிரெஞ்சு காரியஸ்தனான பாண்டிச்சேரி மாப்பிள்ளை சற்று யோசிக்கலாம். ஏற்கெனவே ஜாதகக் கட்டங்கள் சரியில்லாத பெண்ணென்பதால் மாப்பிள்ளை பிடிப்பது குதிரைக் கொம்பாக இருந்து வந்தது. சொந்த ஜாதியாகவும் இருக்க வேண்டும். ஜாதகமும் பொருந்த வேண்டும். பண வசதிக்குக் குறைச்சல் இருக்கக்கூடாது. அந்தஸ்தும் ஐபர்தஸ்தும் உள்ள இடமாகவும் வேணுமென்று வினாயகஞ் செட்டியார் எங்கெங்கோ சொல்லி வைத்துத் தேடிப் பிடித்திருந்த இடம் அது. மாப்பிள்ளையானவன் பிரெஞ்சு அரசாங்க உத்தியோகஸ்தன் என்றாலும் ஏனாமில் அவனுக்கு ஒரு பெரிய அச்சுக்கூடம் இருந்தது. மாதம் ஒருமுறை மதராச பட்டணத்துக்கு வந்து அங்கிருந்து பாசஞ்சர் மெயிலில் முதல் வகுப்பு டிக்கெட் எடுத்து அவன் ஏனாமுக்குப் போய் வருவது வழக்கம் என்று அவனது தகப்பனார் செட்டியார் சொல்லியிருந்தார். விடுவதாவது?

அன்றையப் பொழுது விடிந்தபோது ஊரே அல்லோலகல்லோலப் பட்டுக்கொண்டிருந்தது. குண்டு வீசிவிட்டு ஓட்டமாய் ஓடிச் சென்ற எம்டன் கப்பலானது, எப்போது வேண்டு மானாலும்

திரும்ப வந்து தாக்கும் என்று மூலைக்கு மூலை ஜனம் பேசிக் கொண்டது. சாலையில் நோக்குமிடமெல்லாம் போலிஸ்காரர்கள் நடமாட்டம் பலமாக இருந்தது. வெள்ளைக்கார துரைகள் திறந்த ஜீப்பு வண்டிகளில் போனவண்ணமும் வந்த வண்ணமும் இருந்தார்கள். நாலாபுறமும் ஜனக்கூட்டம் ஓட்டமும் நடையுமாக விரைந்துகொண்டிருந்தது. பலபேர் மூட்டை முடிச்சுகளைக் கட்டிக்கொண்டு அன்றே ஊரைப் பார்க்கப் புறப்பட்டிருந்தார்கள். இடுப்பிலும் தோளிலும் குழந்தைகளைத் தூக்கிக்கொண்டு, பெட்டி படுக்கையுடன் அவர்கள் விரைந்ததைக் கண்டவண்ணம் வினாயகஞ் செட்டியார் துறைமுக வளாகத்தை ஒட்டியிருந்த பர்மா ஷேல் ஆயில் கம்பேனியின் காரியாலயத்துக்கு வந்து சேர்ந்தார்.

அங்கே அவரை வரவேற்கவோ முகமன் சொல்லவோ யாரும் இல்லை. உயரதிகாரிகளைப் பார்க்கவே முடியவில்லை. இடைநிலைச் சிப்பந்திகளும் இப்போது ஒன்றும் பேசுவதற்கில்லை என்று சொல்லிவிட்டார்கள். ஒரு புறம் பற்றி எரிந்துகொண்டிருந்த நெருப்பை அணைக்க சிந்நூறு பேர் போராடிக்கொண்டிருக்க, மறுபுறம் குண்டு வீச்சுக்கு ஆட்படாத சரக்கினங்களை உடனடி யாக அப்புறப்படுத்தும் பணிகள் துரிதகதியில் நடைபெற்றுக் கொண்டிருந்தன. ஓரிரண்டு தினங்களில் எம்டன் கப்பலானது கட்டாயம் திரும்ப வரும் என்று துறைமுக சிப்பந்திகளும் சொன்னார்கள். இம்முறை அவர்கள் வீசிய குண்டுகள் வெறும் பரீட்சார்த்தம் என்றும், அடுத்த முறை வீசப்போகிற குண்டுகளில் மதராச பட்டணமே பஸ்பமாகிவிடும் என்றும் அவர்கள் பேசிக் கொண்டதை வினாயகஞ் செட்டியார் கேட்டார். ஆச்சியிடம் மட்டும் சொல்லிவிட்டு அன்று மாலையே அவர் பாண்டிச்சேரிக்குப் பயணமானார்.

வினாயகஞ் செட்டியார் அதற்குமுன் இரண்டு முறை பாண்டிச் சேரிக்குப் பயணம் செய்திருக்கிறார். மகேசுவின் ஜாதகத்தை லெட்சுமணச் செட்டியாரிடம் சேர்ப்பிப்பதற்காக ஒரு முறையும், சேர்ப்பித்த ஜாதகம் அவரது திருக்குமாரன் முத்துக்குமாரசாமியின் ஜாதகத்துடன் பெருமளவு பொருந்தியிருப்பதை அறிந்து செல்ல வந்த வகையில் ஒரு முறையும் ஆகும். மூன்றாவதான இப்பயணத்தில் திருமணத்தை நிச்சயஞ் செய்துவிட்டே வரவேண்டுமென்ற தீர்மானத்துடன் புறப்பட்டிருந்தார். அவரது கவலையெல்லாம் ஒன்றுதான். ஜாதகப் பொருத்தம் சரியாக அமைந்திருப்பதைத் தெரிவித்துவிட்டு, பிளெசர் காரில் மதராசுக்கு

வந்து பெண் பார்த்துவிட்டுப் போன பின்பும் லெட்சுமண செட்டியாரிடம் இருந்து எந்தத் தகவலும் வந்திருக்கவில்லை. இத்தனைக்கும் மகேசுவை மாப்பிள்ளைப் பையனுக்குப் பிடித்திருப்பதாகப் பெண் பார்க்க வந்த தினத்தன்றே அவர்கள் தெரிவித்திருந்தார்கள். அத்தனைக்குப் பின்பும் தாம்பூலம் மாற்றிக்கொள்ள எதற்காக இத்தனைத் தாமதஞ் செய்ய வேண்டும் என்பதுதான் வினாயகஞ் செட்டியாருக்குப் புரியவில்லை.

என்னவானாலும் இன்றைக்குப் பேசி முடித்துவிடுவது என்ற மனோதிடத்துடன் பாண்டிச்சேரிக்கு வந்து சேர்ந்த வினாயகஞ் செட்டியார் கூபர்த்து விடுதியிலே அறையெடுத்துத் தங்கி, ஸ்நானபானமெல்லாம் செய்து முடித்த பின்பு அந்துலேன் வீதியில் இருந்த லெட்சுமண செட்டியாரின் கிருஹத்துக்கு ஒரு ஜட்கா பிடித்துப் போனார். வழியிலே அவர் கண்ட பிரெஞ்சுக்கார சீமான்களும் சீமாட்டிகளும் ஆங்கிலேயர்களைக் காட்டிலும் சிவப்பாக இருப்பதாக அவருக்குப் பட்டது. அன்னார்தம் நடையுடை பாவனைகள் ஆங்கிலத் துரை மற்றும் துரைசானிமார்களின் நடையுடை பாவனைகளினும் லலிதமாயிருப்பதாகவும் தோன்றியது. பிழைத்துக் கிடந்து இந்தக் கலியாணம் நல்லபடியாக நடந்தேறி விட்டால் குடும்பத்தோடு பாண்டிச்சேரிக்குக் குடிமாறி வந்து விடலாம் என்று அவர் மனத்தில் ஓர் எண்ணம் உருவானது. உலக யுத்த களேபரங்களில் பிரெஞ்சு அரசாங்கமும் பங்கு வகித்தாலும் பாண்டிச்சேரியில் அதன் தாக்கம் மதராஸ் அளவுக்கு இல்லை என்று தோன்றியது. குடிசனங்களின் மனத்திலே பயப்பீதி உருவாகாமல் பார்த்துக்கொள்வதினும் ஓர் அரசாங்கத்தின் பணி வேறு எதுவாக இருக்கும்?

லெட்சுமணச் செட்டியார், வினாயகஞ் செட்டியாரை வரவேற்று இருக்கையளித்து உபசரித்தார். அவரது பத்தினியான விசாலாட்சி ஆச்சி, தங்கமென மின்னிய பித்தளை தம்ளரில் காப்பி எடுத்து வந்து கொடுத்துவிட்டு க்ஷேமலாபங்களைக் கேட்டறிந்து கொண்டு உள்ளே போய்விட்டாள். வினாயகஞ் செட்டியாருக்கு விஷயத்தை எங்கிருந்து ஆரம்பிப்பது என்று புரிபடவில்லை. என்னென்னவோ பேசிக்கொண்டிருந்தார். எம்டன் கப்பலைப் பற்றி. அது வீசியெறிந்த குண்டுகளைப் பற்றி. மதராஸ் துறைமுகமே பற்றியெரிந்து கொண்டிருப்பது பற்றி. அதனா லெல்லாம் தனது தொழிலும் வர்த்தகமும் பாதிக்கப்படாது என்று திரும்பத் திரும்பச் சொன்னார். ஒருவாறாக முக்கால் மணி நேரம்

நாட்டு வர்த்தமானம் பேசிக் களைத்தபின் கேட்டார். நிச்சயதாம் பூலத்தை விரைவில் நடத்தி முடித்துவிட்டால் கலியாணத்துக்கு நாள் பார்க்க சௌகரியமாயிருக்கும்.

ஆஹா அதற்கென்ன என்று ஆரம்பித்த லெட்சுமணச் செட்டி யாரும் எதையோ சொல்ல நினைத்துத் தயங்கிக்கொண்டிருப்பதாக வினாயகஞ் செட்டியாருக்குப் பட்டது. என்னவாக இருக்கும் என்று அவருக்குப் புரிபடவில்லை. ஏனெனில், தமது பேச்சினிடையே லெட்சுமணச் செட்டியார் அடிக்கடி 'பிராப்தம்' என்றும் 'விதி' என்றும் 'ஆண்டவன் சித்தம்' என்றும் பொருந்தாத இடங்களிலெல்லாம் பதப்பிரயோகம் செய்துகொண்டிருந்தார். இது வினாயகஞ் செட்டியாருக்கு தர்ம சங்கடமாயிருந்தது. ஒரு கட்டத்தில் பொறுக்க முடியாமல் அவர் சொன்னார், 'இதோ பாரும். இரண்டு மகள்களுக்குக் கலியாணஞ் செய்து புகுந்தகத்துக்கு அனுப்பினது போகவும் இன்னமும் அவர்களுக்குச் செய்யப் போகிற சீர் செலவுகள் போகவும் ஆறேழு லட்ச ரூபாய் என்வசம் சொத்து உண்டு. எல்லாமே மகேசுக்குத்தான். வண்ணாரப் பேட்டையில் இருக்கிற வீட்டின் மதிப்பு தனி. அதுபோக ஆறாவயலில் நாற்பது ஏக்கரா நிலம், தேவக்கோட்டையில் ஒரு கலியாண சத்திரம். பர்மா ஷேல் ஏஜென்சி இனிமேல் இல்லாது போனாலும் வட்டித்தொழில் இருக்கவே இருக்கிறது.'

லெட்சுமணச் செட்டியாரின் கண் கலங்கிவிட்டது. சடேரென்று எழுந்து வந்து வினாயகஞ் செட்டியாரின் கரங்களைப் பற்றிக் கொண்டு, 'ஐயோ நான் மனுஷாளை மட்டுமே பார்ப்பேன். சொத்தா பெரிசு?' என்று கேட்டார்.

'அப்புறமெதற்கு யோசிக்கிறீர்? ஆகவேண்டியதைப் பார்க்கலாமே?' என்றார் வினாயகஞ் செட்டியார்.

மடையறைக் கதவோரம் ஆச்சி மறைந்து நின்று சம்பாஷணையைக் கவனித்துக்கொண்டிருந்ததை வினாயகஞ் செட்டியார் அறிந்திருந்தார். சட்டென்று என்னவோ தோன்றியது. ஒருவேளை மாப்பிள்ளைப் பையன் வேறு யாராவது பெண்ணிடம் மையலாகிவிட்டானோ?

இல்லவேயில்லை என்று லெட்சுமணச் செட்டியார் சொன்னார். 'உம்மிடம் சொல்லுவதற்கென்ன? பயலுக்கு பிரான்சுக்குப் போகவேணுமென்று ஒரு ஆவலாதி. அங்கே கூப்பிட்டு உயர்

பதவியில் உட்காரவைக்க குவர்னர் வரைக்கும் சகாயம் உண்டு. ஆனால்...'

இப்போதும் அவர் இழுத்தது வினாயகஞ் செட்டியாருக்கு மேலும் கவலையளித்தது. என்னமோ இருக்கிறது. பல்லுக்கடியில் சிக்கிய பாக்கு போல மெல்லவும் வராமல் விழுங்கவும் வராமல் துப்பவும் வராமல் இம்சிக்கிற சங்கதி. இதை இப்படியே எத்தனை நேரம் இழுத்துக்கொண்டிருக்கப் போகிறார் இவர்? எனவே துணிந்து கேட்டே விட்டார். 'என்னதான் சொல்ல வருகிறீர்? என் மகளும் பிரான்சுக்குப் போகவேண்டியதிருக்கும் என்றா? அது ஒரு பிரச்னையே இல்லை செட்டியார்வாள். இரண்டு பேரையும் தனிக்கப்பலில் தேனிலவாகவே அனுப்பிவைப்பேன்.'

லெட்சுமணச் செட்டியார் ஒரு கண நேரம் அவரை விவரிக்க முடியாத உணர்ச்சியொன்றை வெளிப்படுத்தும் பார்வை பார்த்தார். அமைதியாக எழுந்து சென்று அலமாரியொன்றைத் திறந்து ஒரு புத்தகத்தை எடுத்து வந்து டீப்பாயின்மீது வைத்தார்.

'என்னதிது?' என்று வினாயகஞ் செட்டியார் கேட்டார்.

'நீரே பாரும்.'

அட்டை போட்டு வைக்கப்பட்டிருந்த அந்தப் புத்தகத்தை வினாயகஞ் செட்டியார் பிரித்ததும் முதல் பக்கத்தில் 'இழான் பத்தீட்டு திரிங்கால் அவர்களால் மொழியாக்கஞ் செய்யப்பட்ட திருவிவிலியப் புதிய ஏற்பாடு' என்ற எழுத்துகள் கண்ணில் பட்டன. வினாயகஞ் செட்டியார், லெட்சுமணச் செட்டியாரை நிமிர்ந்து பார்த்தார்.

'அவன் இப்போதெல்லாம் இதைத்தான் வாசிக்கிறான். தேவாலயப் பிரார்த்தனைகளுக்குப் போகிறான். விரைவில் ஞானஸ்நானம் செய்துகொண்டு கிறித்தவனாகிவிடப் போகிறேன் என்று சொல்லுகிறான்.'

'ஐயோ' என்று அலறிவிட்டார் வினாயகஞ் செட்டியார். அதற்குமேல் அங்கே என்ன பேசுவதென்று அவருக்குப் புரியவில்லை. லெட்சுமணச் செட்டியாரின் குடும்பத்துக்குத் தன்னோடு சம்பந்தம் வைத்துக்கொள்ளப் பிடித்திருந்தும் ஏன் அதைச் சொல்லாமல் இழுத்தடித்துக்கொண்டிருந்தார் என்பதற்கான காரணம் விளங்கி விட்டது. என்ன இருந்தாலும் பெற்றவர்களுக்கு இது பேரிடித் தாக்குதல்தான் அல்லவா?

'உமது பட்டணத்தில் எம்டன் கப்பல் வீசிய குண்டுகளைப் பற்றிச் சொன்னீரே, இது அதைக் காட்டிலும் பெரிய குண்டல்லவா? என் உறவு சனங்கள் யாருக்கும் இதுவரை இந்த விவகாரம் தெரியாது. தெரியுமானால் என் மானமே போய்விடும் ஐயா! நான் பெற்ற மகன் இப்படியொரு பாதையில் போகத் தீர்மானஞ் செய்திருக்கும்போது நான் அவன் கலியாணத்தைப் பற்றி எப்படிச் சிந்திக்க முடியும்?' என்று லெட்சுமணச் செட்டியார் கேட்டார்.

'பேசிப் புரியவைக்க முடியாதா?' என்று வினாயகஞ் செட்டியார் கேட்டார்.

'என்னத்தைப் பேச? பாரிசுக்கு அதிகாரியாகப் போவதென்றால் கிறித்தவனாக மாறினால்தான் முடியுமாம். அப்படியொரு உத்தியோகமே வேண்டாமடா என்று தலைப்பாடாக அடித்துக் கொண்டேன். இப்படித்தான் என் வளர்ச்சிக்கு முட்டுக்கட்டை போடுவீர்களென்றால் எனக்கு உமது உறவே வேண்டாம் என்று தீர்மானமாகச் சொல்லிவிட்டான்!'

அன்று மாலையே வினாயகஞ்செட்டியார் தாம் தங்கியிருந்த விடுதி அறையைக் காலி செய்து கொடுத்துவிட்டு ஊருக்குப் புறப்பட்டு விட்டார். மகேசுவிடம் இந்த விவகாரத்தைத் தெரியப் படுத்தாமலே இருந்துவிட முடிவு செய்திருந்தார். பற்பல ஜாதகங்கள் பார்த்து எதுவும் தோதுப்பட்டு வராதிருந்த நிலையில் இந்த மாப்பிள்ளைப் பையன் வந்து பார்த்து, பிடித்திருப்பதாகச் சொல்லிவிட்டுப் போனதில் இருந்து அவளது நடவடிக்கையில் சில மாற்றங்கள் ஏற்பட்டிருந்ததைச் செட்டியார் கவனித்திருந்தார். தனியே இருக்கும் பொழுதுகளில் அவள் யாருக்கும் கேட்காத குரலில் அவ்வப்போது எதையாவது பாடிக்கொண்டிருந்தாள். பெரும்பாலும் அவை காதல் ரசம் சொட்டும் பாடல்களாக இருந்தன. தவிர கண்ணுக்கு மை தீட்டி அழகு பார்ப்பதும் அடிக்கடி கால் கொலுசின் திருகாணியைத் திருகியபடி கனவுலகில் சஞ்சாரம் செய்வதுமாக அவளது பொழுதுகள் போய்க்கொண்டிருந்தன. மேற்படி வரன் வந்து பார்த்துச் சென்றதையாவது உறவு சனங்களிடம் தாம் சொல்லாதிருந் திருக்கலாம் என்று அவருக்குத் தோன்றியது. இந்த இடம் அநேகமாகக் குதிர்ந்துவிடும் என்று சொல்லி வைத்ததுதான் எத்தனை பெரும் பிழையாகப் போயிற்று! ஏதாவது இறையற்புதம் நிகழ்ந்து ஒரிரு தினங்களுக்குள் வேறொரு வரன் வந்து

அமைந்துவிட்டால் நன்றாயிருக்கும் என்று நினைத்துக் கொண்டார். எல்லாம் நினைப்பதுதான். நடக்க வேண்டுமே.

மறுநாள் அவர் வீடு வந்து சேர்ந்து ஸ்நானபானங்கள் ஆன பிற்பாடு ஆச்சி என்ன ஆயிற்று என்று வினவினாள்.

'ம்? எம்டனெல்லாம் திரும்பி வராது. இங்கே தேவையில்லாமல் பீதி கிளப்பிக்கொண்டிருக்கிறான்கள். அவன் பாண்டிச்சேரிப் பக்கம் போய்விட்டானாம். நல்லவேளை, சேதி தெரிந்து நான் பாதி வழியில் திரும்பிவிட்டேன்' என்று சொல்லிவிட்டு அவசரமாக வெளியே புறப்பட்டுப் போனார்.

# போண்டா திருடன்

இந்தக் கூத்தைக் கேளுங்கள். கேளம்பாக்கம் மன்னார் கடையில் ஒரு நாள் தவறாமல் போண்டா திருடிக்கொண்டு பள்ளிக் கூடத்துக்கு வந்து எல்லாரிடமும் காட்டிவிட்டுத் தானே தின்று தீர்க்கும் வெங்கடபதி ராஜு இன்றைக்கு ஒரு போலிஸ் ஆபீசராம். இரண்டு வருஷங்களுக்கு முன்பு அவனுக்கு முதலமைச்சர் ஏதோ சாதனைக்காக விருதெல்லாம் அளித்திருக்கிறார்களாம். இதெல்லாம் நம்பும்படியாகவா இருக்கிறது? அவன் சர்வ நிச்சயமாக ஒரு தெருப்பொறுக்கியாகிப் போவான் என்று அன்றைக்கு நாங்கள் அத்தனை பேரும் தீர்மானமே செய்திருந்தோம். நாங்கள் என்றால் நானும் என்னோடு கூட கேளம்பாக்கம் அரசினர் உயர் நிலைப்பள்ளியில் படித்த ராஜாத்தி, வளர்மதி, டெய்சி ராணி, செந்தமிழ்ச் செல்வி ஆகியோரும். எங்கள் செட்டை ஊருக்கே தெரியும். எங்கே போனாலும் ஊர்வலம் போகிற மாதிரி நாங்கள் ஐந்து பேரும் ஒன்றாகத்தான் போவோம். பள்ளிக்கூடத்துக்குக் கூட ஒன்றாகவே வருவோம். கஷ்டப்பட்டு வகுப்புகளைக் மூச்சு முட்ட முடித்துவிட்டு, வீட்டுக்குக் கிளம்பும்போதும் ஒன்றாகவே கிளம்புவோம். முதலில் டெய்சி வீடு வரை சென்று அவளை அங்கே விட்டுவிட்டு அங்கிருந்து மொத்தமாக ராஜாத்தி வீட்டுக்குப் புறப்படுவோம். அவளை வீட்டில் விட்டுவிட்டு வளரும் செல்வியும் என்னோடுகூட என் வீடு வரைக்கும் வருவார்கள். நான் விடை பெற்றதும் அவர்கள் இரண்டு பேரும் ஒன்றாகப் போவார்கள். எப்படியோ கடைசியில் யாராவது

ஒருவர் தனியாக வீட்டுக்குப் போகவேண்டிய அவலம்தான் எங்களுக்கு அந்த வயதில் பிடிக்காத ஒரே விஷயம். வகுப்பறையில், விளையாட்டு மைதானத்தில், கோயில்களில், மார்க்கெட்டில், நோக்கமே இல்லாமல் சும்மா சுற்றுகையில் எப்போதும் ஒன்றாகவே இருக்கும் நாங்கள் அன்றைக்கு அதிகம் பேசியது எங்களுடன் படித்த பையன்களைப் பற்றித்தான். அதிலும் குறிப்பாக வெங்கடபதி ராஜூவைப் பற்றி.

ராஜூ ஏன் அன்றைக்கு எங்கள் ஐந்து பேருக்குமே பிடித்தவனாக இருந்தான் என்பதற்கு எனக்குச் சரியான காரணம் தெரியவில்லை. ஆனால் எங்கள் ஐந்து பேரைத் தவிர அவனைப் பிடித்தவர்கள் என்று எங்கள் வகுப்பில் அன்று யாருமே கிடையாது. அது மட்டும் நிச்சயம்! ஏழாம் வகுப்பிலேயே அவன் சொக்கலால் ராம்சேட் பீடி குடித்து, தலைமை ஆசிரியரிடம் மாட்டிக்கொண்டு ஆறு பிரம்புகள் உடையும் அளவுக்கு அடி வாங்கியது காரணமா யிருக்கலாம். தன்னைவிட ஒரு வகுப்பும் வயதும் மூத்தவளான மேரி வெண்மதிக்குக் காதல் கடிதம் கொடுத்து, அவள் அதை வீட்டில் போய்ச் சொல்லி அழுததன் விளைவாக மேரியின் தந்தை பள்ளிக்கு வந்து அவனை மிதி மிதி என்று மிதித்தது காரணமா யிருக்கலாம். எப்போதும் எண்ணெய் வடியும் முகமும் மண்ணில் புரண்டு எழுந்தாற்போலவே தோன்றச் செய்யும் அழுக்குச் சட்டையும் புட்டத்தில் கிழிந்த நிக்கரும் வாய் நிறைந்த கெட்ட வார்த்தைகளும்கூடக் காரணமாயிருக்கலாம். பள்ளி வளாகத்தில் அவன் ஒரு பொறுக்கிப் பையனாகவே அறியப்பட்டிருந்தான். வருஷத்துக்கு ஒரு முறை அவனது அப்பா அம்மாவை வரச் சொல்லி வகுப்பாசிரியர்கள் எச்சரித்து அனுப்புவார்கள். அவர்களும் வந்த கடமைக்கு, ஆசிரியர்களின் முன்னாலேயே ராஜூவை நாலு சாத்து சாத்தி, நாலு வார்த்தை திட்டித் தீர்த்து விட்டுப் போய்ச் சேருவார்கள்.

ராஜூ அதையெல்லாம் பொருட்படுத்தவே மாட்டான். அவனது உலகின் நியாயங்கள் என்று அவன் வகுத்துக்கொண்டிருப்பதைப் பற்றி வெளியே பேசவும் மாட்டான். அவன் எப்போதும் எப்படி இருப்பானோ அப்படித்தான் என்றும் இருந்தான். நீ பெரியவனாகி என்னடா பண்ணப் போற என்று வளர்மதி ஒரு சமயம் அவனிடம் கேட்டிருக்கிறாள். ராஜூ கூசாமல் பதில் சொன்னான். சார்லஸ் சோப்ராஜ் மாதிரி பெரிய கொள்ளக்காரன் ஆயிருவேன் வளரு.

ஆனால் அவன் போலிஸ்! என்ன ஒரு விசித்திரம்!

இந்தச் செய்தியை எப்படி என் தோழிகளுக்குச் சொல்லுவது என்று எனக்குப் புரியவேயில்லை. ஏனென்றால் எங்களுக்குள் தொடர்பு விட்டுப் போய் பதினைந்து வருடங்களுக்குமேல் ஆகிவிட்டன. நான் கேளம்பாக்கத்தை விட்டு இடம் பெயர்ந்தே பத்து வருடங்களாகிவிட்டன. எனக்கு முன்னாலேயே வளர்மதியும் டெய்சியும் வேறு ஊர் போய்விட்டார்கள். செல்வி என்ன ஆனால், எங்கே இருக்கிறாள் என்பதுகூடத் தெரியாது. கேளம்பாக்கத்தின் முகமே மாறிப் போய் இன்றைக்கு அது இன்னொரு சென்னையைப் போலாகிவிட்டது என்று நிறையப் பேர் சொன்னார்கள். போய்ப் பார்க்கக்கூட சந்தர்ப்பமில்லாமலாகிவிட்டது.

ஆறு வருடங்களுக்கு முன்னர் எங்கள் செட்டில் ராஜாத்திக்குத்தான் முதலில் திருமணம் நடந்தது. அதுகூட நடந்து முடிந்து பலகாலம் கழித்த பின்னரே தெரியவந்தது. தற்செயலாக அவளது அண்ணனை அடையாறில் பார்த்தபோது அவன் சொன்னான். ராஜாத்தி மேலப்பாளையத்தில் இருக்கிறாளாம். அடிப்பாவி என்று நினைத்துக்கொண்டேன். எப்படி ஒண்ணுமண்ணாகப் பழகினோம்! திருமணத்துக்குக் கூடச் சொல்ல முடியாமல் என்ன ஒரு கேவலமான வாழ்வுச் சுழல். ராஜாத்தியின் அண்ணன்தான் வளர்மதி செங்கல்பட்டில் இருப்பதையும் டெய்சி சிங்கப்பூருக்குப் போய்விட்டதையும் சொன்னான். மற்றவர்களைப் பற்றி அவனுக்குத் தெரிந்திருக்கவில்லை. ஆனால் அனைவருக்குமே திருமணமாகிவிட்டது என்று சொன்னான்.

நான் எதிர்பார்த்த மாதிரியே நீ எப்படி இருக்க, என்ன பண்ற, உன் ஹஸ்பண்ட் என்ன பண்றாரு என்ற கேள்வியை அவன் தவறாமல் கேட்டான். சிரித்தேன். எனக்கு இன்னும் கல்யாணம் ஆகலை என்று சொல்லிவிட்டு, சட்டென்று பேச்சை மாற்றி வேறு ஏதேதோ பேசிவிட்டு அவசரமாகக் கிளம்பிவிட்டேன்.

நான் என்ன செய்ய முடியும்? முப்பது வயதில் திருமணம் ஆகாதிருப்பது இன்றைக்குப் பெரிய விஷயமில்லைதான். ஆனால் என் வீட்டில் எனக்குப் பதினெட்டு வயதில் இருந்தே வரன் பார்க்க ஆரம்பித்துவிட்டதுதான் பெரும்பிழை. அதை இனிமேல் சொல்லிக்காட்டிக்கொண்டிருப்பதில் அர்த்தமில்லை. அப்பாவும் அம்மாவும் சலிக்காமல் அப்படியொரு வேட்டையாடினார்கள். ஒரு ஜாதகத்துக்கு எத்தனை பிரதிகள் எடுப்பார்களோ, எங்கெங்கே கொண்டு போய்க் கொடுப்பார்களோ கணக்கு வழக்கே கிடையாது. ஆனாலும் மாப்பிள்ளைப் பயல் வருவேனா என்று இன்னமும் ஆட்டம் காட்டிக்கொண்டேதான் இருந்தான்.

அம்மா யார் யாரோ ஜோசியர்களைப் போய்ப் பார்த்து பிரதி வெள்ளிக்கிழமை ஏதாவது ஒரு புதிய பரிகாரத் திட்டத்துடன் வருவாள். இதைச் செய்தால் கண்டிப்பாக நடந்துவிடும் என்று சொல்லுவாள். நான் என்ன புரட்சிப் பெண்ணா? கல்யாணமே வேண்டாம் என்று சொல்லுவதற்கோ, கல்யாணமெல்லாம் வெறும் ஹம்பக் என்று அலட்சியப்படுத்துவதற்கோ நான் தயாரில்லை. எனக்கு இரண்டு தங்கைகள் இருக்கிறார்கள். நான் நகர்ந்தால்தான் அவர்களுக்கு வழி தேட முடியும். எல்லா வீடுகளுக்குமான எளிய பிரச்னை. ஆனால் எல்லாருக்கும் எளிதில் தீர்ந்துவிடுவதில்லை.

இரண்டு சிக்கல்கள். ஒன்று, நான் ஒரு வசதியான குடும்பத்தில் பிறக்கவில்லை என்பது. இரண்டாவது எனக்கு யாரையும் காதலிக்கத் துப்பில்லாமல் போய்விட்டது. இனி எண்ணி என்ன? எனக்கான வரன் வேட்டை வீட்டில் நடந்துகொண்டிருக்கிறது. என்றைக்காவது வேட்டையில் ஒரு மிருகம் சிக்காமல் போகாது.

இவ்வாறு எண்ணியபடி நாள்களைக் கொன்றுகொண்டிருந்த போதுதான் அப்பாவின் நண்பரான பழனிவேல் கவுண்டர் மூலம் அந்த வரன் எங்கள் வீட்டுக்கு வந்தது. பையன் பெரிய போலிஸ் ஆபீசர். அசிஸ்டெண்ட் கமிஷனர். பெயர் வெங்கடபதி ராஜு.

எப்படி இருக்கிறது கதை? நான் ரொம்ப ஆர்வமாக அவன் போட்டோவை வாங்கிப் பார்த்தேன். எட்டாம் வகுப்புடன் பள்ளிக்கூடத்தை விட்டுப் போய்விட்ட நானறிந்த ராஜுவின் முகத்தை அதில் அடையாளம் காண முடியவில்லை. நல்ல, பெரிய மீசை வைத்திருந்தான். மழுங்கச் சிரைத்த கன்னங்கள். ஆஜானுபாகுவாக இருப்பான் என்று தோன்றியது. பெரிய அழகனாகத் தெரியவில்லை என்றாலும் ஒரு போலிஸ் ஆபீசருக்கான மிடுக்குக்குக் குறைவில்லை.

பையனுக்கு முப்பத்தி இரண்டு வயதாகிறது என்று கவுண்டர் சொன்னார். கணக்குப் போட்டுப் பார்த்தேன். சரியாகத்தான் இருந்தது. ராஜு நிச்சயமாக என்னைவிட இரண்டு வயது மூத்தவன். ஏனென்றால் அவன் ஆறு மற்றும் ஏழாம் வகுப்புகளில் தலா இரண்டு வருடங்கள் இருந்திருக்கிறான். அப்புறம் எப்படிப் படித்து பாஸ் செய்து மேலே போயிருப்பான் என்று விசாரிக்க வேண்டும். சொல்லுவானா என்று தெரியாது. ஒரு சமயம் டெய்சி அவனிடம் எப்படி தினமும் மன்னார் கடையில் அவன் போண்டா திருடுகிறான் என்று கேட்டிருக்கிறாள். அவன் அந்த 'ட்ரிக்'கைச் சொல்ல மறுத்துவிட்டான். அவன் வீட்டில் இருந்து

பள்ளிக்கூடத்துக்கு வருகிற வழியில் உள்ள கடை அது. வாசலிலேயே பெரிய அடுப்பில் வாணலி போடப்பட்டிருக்கும். கொதிக்கும் எண்ணெயில் பந்து பந்தாக போண்டா உருட்டிப் போட்டு பொரித்தெடுத்து அடுக்கி வைத்திருக்கும். டீ குடிக்க வருகிறவர்கள் தவறாமல் ஒரு போண்டா வாங்கி தினத்தந்தி பேப்பர் துண்டில் வைத்துப் பிழிந்துவிட்டுச் சாப்பிடுவார்கள். ஒரு போண்டா, ஒரு டீ. அத்துடன் ஒருவேளை உணவு முடிந்ததாக நினைப்பவர்கள் அப்போது கேளம்பாக்கத்தில் மிகுதி.

ராஜுவுக்கு உண்மையில் போண்டாவின் மீது அத்தனை விருப்பமா என்று தெரியாது. அவன் திருடுகிற சந்தோஷத்துக்காகவே போண்டாவைத் தின்கிறான் என்று நாங்கள் நினைத்தோம். சில சமயம் அவனது திறமையைப் பரிசோதிப்பதன் பொருட்டு புதுக்கடையில் தேன் மிட்டாய், முருகைய நாடார் கடையில் நட்ராஜ் பென்சில், கோவிந்தராஜ் டாக்டரின் க்ளினிக்கில் இஞ்செக்?ஷன் சிரஞ்ச் என்று பல விதமான பொருள்களைச் சொல்லித் திருடி வரச் சொல்லியிருக்கிறோம். ராஜு அதை யெல்லாம் சர்வ சாதாரணமாகச் செய்து முடித்துவிடுவான். இந்தா என்று கேட்டதைக் கொண்டு வந்து கொடுத்துவிட்டு அவன் வேலையைப் பார்க்கப் போய்விடுவான். எப்படிடா முடிஞ்சிது என்ற கேள்விக்கு மட்டும் பதில் சொல்ல மாட்டான். நீ கேட்ட, நான் செஞ்சேன். அதுக்குமேல பேசாத என்று சொல்லிவிடுவான்.

அப்பாவின் நண்பரான கவுண்டரிடம் நான் மாப்பிள்ளைப் பையனின் பூர்வீகம் எது என்று தனியே கேட்டேன். அவர் கருங்குழி என்று சொன்னார். ஆனால் படித்தது கேளம்பாக்கம் என்று தெரிந்தது. சந்தேகமே இல்லை; அவன் தான் என்று எனக்குத் தீர்மானமாகிவிட்டது. என்ன சொல்ல? அது மகிழ்ச்சியா, ஆர்வப் படபடப்பா என்று புரியவில்லை. இந்த நேரம் பார்த்து என் சிநேகிதிகள் யாரும் தொடர்பில் இல்லாமல் போய்விட்டார்களே என்பது மட்டும் நெஞ்சு கொள்ளாத வருத்தம் தந்தது. நான் என் வீட்டாரிடம் ராஜுவைப் பற்றி ஏதும் சொல்ல வில்லை. அதாவது எனக்குத் தெரிந்தவன்தான் என்பதைக் காட்டிக் கொள்ளவில்லை. ஒரு சிறு ஆச்சரியம் அவர்களுக்கும் இருந்து விட்டுப் போகட்டுமே. பெண் பார்க்க வரும்போது அவனே அதை உடைக்கட்டும்.

அவன் வந்தான். அவனது அப்பா, அம்மா, இன்னும் ஒன்றிரண்டு உறவுக்காரர்களுடன் காரில் வந்து இறங்கினான். இடைப்பட்ட

காலத்தில் நிறையப் பேர் இம்மாதிரி என்னைப் பெண் பார்த்துப் போயிருந்தபடியால் என் வீட்டில் ரொம்ப சிறப்பாக ஏதும் செய்திருக்கவில்லை. அம்மா, ஜெயராம் ஸ்வீட் ஸ்டாலில் இருந்து கால் கிலோ பக்கோடாவும் ஜாங்கிரியும் வாங்கி வைத்திருந்தாள். அதை சிறிய பேப்பர் தட்டுகளில் வைத்து எடுத்துச் சென்று நான் அனைவரிடமும் வழங்கினேன். அவனிடம் கொடுக்கும்போது சிரித்தேன். போண்டா இல்லை, பக்கோடா தான் என்று சொன்னேன்.

ராஜு சிரித்தான். நியாயமாக ஒரு வியப்பை அவன் காட்டியிருக்க வேண்டும். மாறாக ஹலோ என்று மட்டும் சொன்னான்.

படிப்பு, டிரெய்னிங், வெளியூர் போஸ்டிங் போன்ற காரணங்களால் தான் அவனது திருமணம் இத்தனைக் காலம் தள்ளிப் போய் விட்டதாக அவனது வீட்டார் சொன்னார்கள். இப்போது சென்னையிலேயே போஸ்டிங் கிடைத்துவிட்டால் உடனே திருமணத்தை நடத்திவிட விரும்புவதாக அவனது அம்மா சொன்னாள். ஏனோ என்னால் சிறு வயதில் பார்த்த அவர்கள் யாருடைய முகத்தையும் தற்போதைய தோற்றத்தோடு பொருத்திப் பார்க்கவே முடியவில்லை. ராஜுவே கூட நான் எதிர்பார்த்த மாதிரி இல்லை. ஆனாலென்ன? வாழ்க்கை எப்போதேனும் சில விசித்திரங்களை அடைகாத்து வெளிப்படுத்தும். சமயத்தில் அது ரசிக்கும்படியாகவும் இருக்கும்.

அவர்களுக்கு என்னைப் பிடித்திருந்தது. குடும்பத்துக்கு ஏற்ற பெண் என்று சான்றிதழ் வழங்கினார்கள். திருமணத்தைப் பழனியில் வைத்துக்கொள்ளலாம் என்றும் ஐந்து லட்சம் வரதட்சணையும் எழுபது பவுன் நகையும் தரவேண்டும் என்றும் கேட்டார்கள். பெரிய அதிகாரி அல்லவா? அதெல்லாம் அப்படித்தான் என்று அம்மா ரகசியமாக அப்பாவிடம் சொன்னாள். ஆனால் அத்தனை பெரிய செலவுக்கு நாம் எங்கே போவது என்று அப்பா அப்போதே வருந்த ஆரம்பித்துவிட்டார். நான் ராஜுவைப் பார்த்தேன். பெரியவர்கள் பேசிக்கொண்டிருப்பதற்கும் தனக்கும் தொடர்பே இல்லாதது போல அவன் தன் மொபைல் போனையே பார்த்துக்கொண்டிருந்தான்.

பேசி முடிவு செய்துவிட்டுத் தகவல் சொல்லுங்கள் என்று கூறிவிட்டு அவர்கள் கிளம்பும்போது ராஜு என்னிடம் தலையாட்டி

விடைபெற்றான். எனக்கு அதற்குமேல் தாங்கவில்லை. என்ன பெரிய ரகசியம்.

நீ டோாட்டலா மாறிட்ட ராஜூ. அன்னிக்கு பாத்த ராஜூவே இல்லை நீ என்று சொன்னேன்.

அவன் ஒரு கணம் யோசித்தான். அவனிடம் நான் அளித்த பேப்பர் தட்டில் பக்கோடாவும் ஜாங்கிரியும் அப்படியே இருந்தன. அவன் சாப்பிட்டிருக்கவில்லை.

ஆமால்ல? இப்பல்லாம் ஆயில் ஐட்டம்ஸ் சாப்பிடறதில்ல நான் என்று சொன்னான்.

# பேட்டா

இன்றைக்கு எப்படியும் கொடுத்துவிடுவார்கள் என்று தணிகாசலம் சொல்லியிருந்தான். எத்தனை நாள் பேட்டா என்று உடனே கேட்கத் தோன்றியதைக் கஷ்டப்பட்டு அடக்கிக்கொண்டு, ரொம்ப நன்றி சார் என்று மட்டும் சொல்லிவிட்டு அறையைவிட்டு வெளியே வந்தான் சுப்பிரமணி.

மனித மனம்தான் எத்தனை விசித்திரங்கள் நிறைந்தது! மூன்றாண்டு காலமாக வேலையே இல்லை. வீட்டில் சும்மா படுத்துக் கிடந்ததில் நாடி நரம்புகளெல்லாம் உலர்த்தாமல் சுருட்டிப் போட்ட ஈரத்துணி போலாகிவிட்டிருந்தது. நாறுதுடா.. கிட்ட வரவே முடியல; போய்க்குளியேன் என்று அவ்வப்போது அம்மா சொல்லுவாள். சுப்பிரமணிக்கு அதென்னவோ குளிக்காததால் எழுகிற துர்நாற்றமாகத் தோன்றியதில்லை. வெளியே காண்பிக்க முடியாத துக்கத்துக்கு ஒரு வாடையுண்டு. துக்கம் வெளிப்பட்டு விடக்கூடாது என்று மேலுக்குப் பூசியெழுப்பும் சவடால்களின் பர்ஃப்பூம் வாடை அதனோடு சேரும்போது மேலும் சகிக்க முடியாததாகிவிடும். என்றாவது ஒருநாள் எனக்கும் விடியும் என்று எத்தனை காலமாக எண்ணிக்கொண்டிருக்கிறோம் என்று ஒரு கணம் நினைத்துப் பார்த்தான். சரியாக நினைவில்லை.

2013 பிப்ரவரி 27ம் தேதி சுப்பிரமணிக்கு வீணா போனவன் என்ற ப்ராஜக்டில் வேலை செய்யும் வாய்ப்புக் கிடைத்தது. ஏழெட்டு மாத அலைச்சலுக்குப் பிறகு யாரோ சொல்லி யாரோ வழி

மொழிந்து எப்படியோ கிடைத்துவிட்ட கடைசி உதவியாளன் வேலை. கிளாப் அடிக்கிற பணிகூட இல்லை. இயக்குநரின் கைப்பையை எப்போதும் தன் கையில் வைத்துக்கொண்டு அவர் அருகே நிற்கிற வேலை. அவர் வலக்கையை நீட்டினால் வியர்வை துடைத்துக்கொள்ள கர்ச்சிப் எடுத்துத் தரவேண்டும். இடக்கையை நீட்டினால் சிகரெட். டேய் என்று குரல் மட்டும் கொடுத்தால் ரத்தக்கொதிப்பு மாத்திரை. எங்க அவன் என்று யாரிடமாவது கேட்டால் சாப்பாட்டு கேரியரை எடுத்துப் பிரித்து வைத்து இலை போட்டுத் தயாராக வேண்டும். முதலில் அவனுக்கு மிகவும் சங்கடமாக இருந்தது. அவன் இரண்டு வருடங்கள் ஒரு தொலைக்காட்சித் தொடரில் பணியாற்றியிருக்கிறான். காஸ்ட்யூம் அசிஸ்டென்டாகப் பணி. அது கெட்டுப் போனதிலிருந்து வேறு வாய்ப்பில்லாமல் அலைந்து களைத்து விழுந்தவன் தான். மூன்று வருடங்கள் ஓடிவிட்டன. தற்செயலாகக் கிட்டிய வாய்ப்பு இது. உண்மையிலேயே பெரிய விஷயம்.

இயக்குநர் நல்ல மனிதர்தான். நடு வயதுக்குப் பிறகு இயக்குநராகி சுமாரான ஒன்றிரண்டு வெற்றிப் படங்களை அளித்தவர். அதற்குப் பிந்தைய ஒரு பெரும் தோல்வி அவரை மீண்டும் அறிமுக இயக்கு நராக்கிவிட்டது. இந்தப் படம் எப்படியாவது ஓடவேண்டும் என்று அடிக்கடி சொல்லிக்கொண்டிருப்பார். பெரும்பாலும் மதிய உணவின்போது. இது ஓடினா எனக்கில்லடா; உங்க எல்லாருக்குமே இதான் லைஃப் என்பார்.

லைஃப் என்றால் என்னவென்று சுப்பிரமணி அப்போதெல்லாம் தீவிரமாக சிந்திப்பான். இந்தப் படம் ஓடினால் இயக்குநருக்கு அடுத்த வாய்ப்புக் கிடைக்கலாம். அதில் சுப்பிரமணி கிளாப் அசிஸ்டென்ட் தரத்துக்கு உயரலாம். சம்பளமெல்லாம் பெரிதாக எதிர்பார்க்க முடியாது என்றாலும் தினசரி பேட்டா நிச்சயம். ஒரு நாளைக்கு நூறு ரூபாய். படப்பிடிப்பு தினமென்றால் மாலையே கிடைத்துவிடும். டிஸ்கஷன் சமயம் என்றால்தான் சிக்கல். தினமும் அலுவலகத்துக்குப் போய் கதை விவாதம் செய்வதை வேடிக்கை பார்த்து, இண்டு இக்கு எடுபிடிப் பணிகளைச் செய்வனே செய்து முடித்து இரவு ஒன்பது ஒன்பதரைக்குக் கிளம்பும்போது அக்கவுண்டண்ட் இருக்கமாட்டார்.

நீ வாங்கலியா சுப்பிரமணி? அக்கவுண்டண்டு நாலரைக்கே பேட்டா குடுத்துட்டாரே.. நாங்கல்லாம் வாங்கிட்டோம். நீ நாளைக்கு சேத்து வாங்கிடு என்று சொல்லிவிட்டு மூத்த

உதவியாளர்கள் போய்விடுவார்கள். தனக்குத் தெரியாமல் இவர்கள் மட்டும் எப்போது சென்று பேட்டா வாங்கி வருகிறார்கள் என்பது சுப்பிரமணிக்குப் புரிந்ததே இல்லை. இயக்குநரிடம் சொல்லலாம். சார் எனக்கு நாலு நாளா பேட்டா அமௌண்ட் வரல சார். அவர் ஏற இறங்க ஒரு பார்வை பார்ப்பார். பிறகு ஏதாவது சொல்லியாகவேண்டும் என்று தோன்றினால், நாளைக்கு வாங்கிரு என்பார்.

கவலைப்பட்டுக்கொண்டிருக்க முடியாது. இந்த வாய்ப்புக்கு நூறு பேர் வெளியே காத்திருக்கிறார்கள். யாரும் சம்பளத்தை எண்ணிக் கொண்டு உதவி இயக்குநர் வேலைக்கு வருவதில்லை. கனவு போல என்னவோ. சுப்பிரமணியும் அப்படி வந்தவன் தான். ஆனாலும் இயக்குநரிடம் சேர்ந்த முதல் வாரமே தனக்கும் பேட்டா கொடுப்பார்களா என்கிற ஆவலாதி எழுந்துவிட்டது.

மெதுவாகத் தன் சீனியர் ஒருவரிடம் இது குறித்துக் கேட்டபோது, என்ன இப்படி கேக்கற? நீ அசிஸ்டெண்டுதான்? கண்டிப்பா உண்டு சுப்பிரமணி. ப்ரொடக்?ஷன் மேனேஜர்ட்ட டைரக்டர் ஒரு வார்த்த சொல்லிட்டா போதும் என்ற பதில் வந்தது.

டைரக்டர் சொல்லவேண்டும். ஆனால் அவர் எப்போது சொல்லுவார்?

அவரிடம் கேட்பதற்குத் தயக்கமாக இருந்தது. அவரே நாற்பதாயிரம் அட்வான்ஸ் கேட்டு, அது இன்னும் கிடைக்காத கடுப்பில் இருப்பதாக வேறொரு சீனியர் சொல்லியிருந்தான். டைரக்டருக்கேவா என்று சுப்பிரமணி ஆச்சரியப்பட்டான். அட நீ வேறய்யா. இந்த ப்ராஜக்டுல தலைவருக்கு சம்பளமே மூணார்ரூவாதான். தெரியுமா ஒனக்கு? என்று அவன் கேட்ட போது சுப்பிரமணி வாயடைத்துப் போய்விட்டான்.

இரண்டு சுமார் ரக வெற்றிப்படங்களுக்குப் பிறகு ஒரு பெரும் தோல்விப்படம். அடுத்த படியாகக் கிடைத்த ப்ராஜக்டில் வெறும் மூன்றரை லட்சம் சம்பளம். படம் ஆறு மாதத்தில் முடியலாம். ஒரு வருடமாகலாம். மேலும்கூட இழுக்கலாம். முடிந்த பிறகு வெளியாக வேண்டும். அதன்பின் ஓடவேண்டும். மூன்றரை லட்சம்.

சுப்பிரமணி அதன்பின் டைரக்டரிடம் தனது பேட்டா குறித்துக் கேட்பதில்லை என்று முடிவு செய்துகொண்டான். எப்படியோ டைரக்டருக்கே இந்த விவகாரம் மனத்தில் பட்டிருக்கவேண்டும். அவனுக்கே தெரியாத ஏதோ ஒரு நாள் அவர் அக்கவுண்டிடம் சுப்பிரமணியும் தனது உதவியாளன் தான்; புதிதாகச் சேர்ந்தவன்

என்று சொல்லிவைக்க, ஒரு வெள்ளிக்கிழமை மாலை அக்கவுண்டண்ட் அவனை அழைத்து, இந்தாப்பா ஒனக்கும் இனி பேட்டா உண்டு என்று நூறு ரூபாய் நோட்டு ஒன்றை அவன் கையில் வைத்தார்.

அன்றிரவெல்லாம் சுப்பிரமணியின் மனத்தில் டைரக்டர் ஒரு தெய்வமாகத் தெரிந்தார். சாகும்வரை அவரைவிட்டு விலகவே கூடாது என்றெல்லாம் எண்ணிக்கொண்டான்.

எல்லாம் ஒரு சில தினங்களுக்குத்தான். இடையில் நாலு நாள் ஷூட்டிங் போட்டுவிட்டு திரும்பவும் ஒரு பிரேக் விட்டார்கள். நாளைலேருந்து ஆபீஸ் வந்துருங்கடா என்று சொல்லிவிட்டு டைரக்டர் போய்விட்டார். ஓரிரு வாரங்களில் ஒரு பத்து நாள் ஷெட்யூல் இருக்கும் என்று மூத்த உதவி இயக்குநர் சொல்லி யிருந்தபடியால் சுப்பிரமணி மறுநாள் முதல் உற்சாகமாக அலுவலகத்துக்குப் போய்வரத் தொடங்கினான்.

ஆனால் பேட்டா வரவில்லை. முதல் நாலைந்து நாள் சாப்பாட்டுக் காசு மட்டும் மொத்தமாகக் கொடுத்தார்கள். அதன்பிறகு மதிய வேளைகளில் அக்கவுண்டண்ட் தன் இருக்கையில் இருப்பதில்லை. பெரும்பாலும் அவர் தயாரிப்பாளரின் அறையில் இருந்தார். இயக்குநர் வீட்டுக்குப் போய் சாப்பிட்டுவிட்டு வர ஆரம்பித்தார். அவர் வந்துவிட்டால் உதவியாளர்கள் அவரோடு உட்கார்ந்துவிட வேண்டியது. சாப்ட்டிங்களா என்று சும்மா ஒரு வார்த்தை கேட்டு விட்டு அவர் கதை பேசத் தொடங்கிவிடுவார். அக்கவுண்டண்ட் அப்போதுதான் தன் இருக்கைக்கு வருவார்.

அவனுக்கு மாதச் சம்பளம் ரூபாய் ஒன்பதாயிரம் என்று இயக்குநர் சொல்லியிருந்தார். முதல் மாதம் மட்டும் அந்தச் சம்பளம் சரியாக வந்துவிட்டது. அதன்பின் சம்பளம் என்ற ஒன்றை யாரும் நினைப்ப தில்லை. இயக்குநரின் நான்கு உதவியாளர்களுக்குமே ஐந்து மாதங்களாகச் சம்பளம் கிடையாது. இயக்குநருக்கு இந்த சங்கதி தெரியும். இருந்தாலும் அவரால் ஒன்றும் செய்ய முடியவில்லை.

அட்ஜஸ்ட் பண்ணிக்கங்கடா. நமக்கு இந்த ப்ராஜக்ட் சக்சஸ் ஆவுறதுதான் முக்கியம். அடுத்ததுல சேத்து வெச்சி அள்ளிரலாம் என்றார். அது ஒன்றும் நம்பிக்கை தரத்தக்க சொல்லாக யாருக்குமே தோன்றியதில்லை. ஆனாலும் தினசரி பேட்டா உண்டு. ஒரு மனிதன் ஒருநாள் உயிர் வாழ நூறு ரூபாய் போதும்.

அதற்கும் பிரச்னை வந்தபோதுதான் சுப்பிரமணிக்குப் பதற்றமானது. அவனது சம்பாத்தியம் குறித்து வீட்டில் அம்மா அதுவரை கேட்டதில்லை. மூன்று வருடங்களாக எந்த வாய்ப்புமின்றி சும்மா கிடந்தவன் வேலை என்ற ஒன்றில் இருப்பதே போதும் என்று நினைத்தாள். அடுத்த வருடம் எப்படியாவது தங்கைக்குக் கல்யாணம் செய்துவிடவேண்டும் என்று அவ்வப்போது அவள் அறிவிக்கும் போதுதான் அவனுக்கு அடி வயிற்றில் பயம் திரண்டு எழும்.

இருபத்தியெட்ட வயதாகிவிட்டது. இதுவே மிகவும் தாமதம். இன்னும் தள்ளிப் போட்டுக்கொண்டிருப்பது அபத்தம். ஆனால் ஒரு கல்யாணம் என்பது பெரும் செலவு. வீதி வாழ் மக்களுக்கு அம்மா ரவிக்கை தைத்துக் கொடுத்து, பார்டர் அடித்துக்கொடுத்து சம்பாதிக்கும் பணமெல்லாம் கல்யாணச் செலவுக்குக் காணாது. அவன் பங்குக்கு என்னவாவது செய்ய முடிந்தால் நல்லதுதான். அம்மா இதுவரை வாய் திறந்து கேட்டதில்லை. தங்கையும் குத்திக்காட்டிப் பேசியதில்லை. எல்லோரும் ரொம்ப நல்லவர் களாக இருப்பதே ஒரு பிரச்னைதான்.

சுப்பிரமணியே ஒரு நாள் தன் அம்மாவிடம் சொன்னான். இந்தப் படம் நல்ல சப்ஜெக்டும்மா. கண்டிப்பா இருவது நாள் ஓடிடும். அடுத்த படத்துல எனக்கு இருவதாயிரம் சம்பளமாச்சும் கன்ஃபர்மா இருக்கும்.

அவனது அம்மா பதிலேதும் சொல்லவில்லை. சாப்பிட வா என்று மட்டும் சொல்லிவிட்டுப் போய்விட்டாள்.

●

ஓரிரு வாரங்களில் ஆரம்பமாகிவிடும் என்று சொல்லப்பட்ட அந்த பத்து நாள் ஷெட்யூல் தள்ளிப் போனது. தயாரிப்பாளர் ஃபாரின் போயிருக்கிறார் என்று முதலில் காரணம் சொன்னார்கள். அதன்பின் ஹீரோயின் டேட் பிரச்னை என்றார்கள். இயக்குநருக்கு டெங்கு காய்ச்சல் வந்து மூன்று வாரங்கள் படுத்த படுக்கையாக இருந்தார். அந்த நாள்களிலெல்லாம் சுப்பிரமணி அவரோடுகூட மருத்துவமனையிலேயே இருந்தான். அவரது மனைவி, மகள் இருவரும் பழக்கமானது தவிர சொல்லிக்கொள்ளும்படியான சாதனை ஏதும் அப்போது அவனால் செய்ய முடியவில்லை.

இயக்குநருக்கு காய்ச்சல் சரியாகி வீட்டுக்குப் புறப்பட்டபோது வழக்கத்தில் இல்லாத விதமாக அவனைப் பார்த்து மிகவும்

சிநேகபாவத்துடன் ஒரு புன்னகை செய்தார். தோளில் மெல்லத் தட்டிக் கொடுத்தார். இரண்டில் எது சம்பளம் எது பேட்டா என்று அவனுக்குப் புரியவில்லை. இரண்டு நாளில் மீண்டும் வேலை ஆரம்பித்துவிடலாம் என்று அவர் சொன்னார்.

மீண்டும் சுப்பிரமணி அலுவலகத்துக்குப் போகத் தொடங்கினான். டேய் அடுத்த ஃப்ரைடேலேருந்து ஷூட்டிங்டா. பன்னெண்டு நாள் கண்டின்யுவஸா போறோம். முடிச்சா அப்பறம் ஒரு சாங்கு. ஒரு ஃபைட்டு. படம் ஓவர் என்றான் சீனியர் உதவியாளன். மிச்சமுள்ள காட்சிகளை அக்குவேறு ஆணி வேராக அலசி ஆராய்ந்து செப்பனிடும் பணிகள் வெறித்தனமாக நடக்கத் தொடங்கின. இம்முறை சாப்பாட்டுக் காசு ஒழுங்காகக் கொடுக்க ஆரம்பித்தார்கள். சார் பேட்டா என்றபோதுதான் மொத்தமா சேத்து வாங்கிக்கப்பா என்ற பதில் வந்தது.

சுப்பிரமணி கணக்குப் போட்டுப் பார்த்தான். இந்த பிரேக்கில் இதுவரை அனைவரும் இருபத்தி ஒன்பது நாள் அலுவலகத்துக்கு வந்திருக்கிறார்கள். இரண்டாயிரத்தித் தொள்ளாயிரம் ரூபாய் என்பது பெரிய பணம். மொத்தமாகக் கிடைத்தால் அப்படியே அம்மாவிடம் கொடுக்கலாம். வீட்டுக்குப் பணம் கொடுத்துப் பலகாலமாகிவிட்டது அவன் நினைவுக்கு வந்தது. உறுத்தியது.

ஆஸ்பத்திரியில் இயக்குநரோடுகூட இருந்த நெருக்கத்தில் இதைப் பற்றி மெதுவாக ஒருநாள் அவரிடம் பேச்செடுத்தான். ஆமால்ல? நானே கேக்கணுன்னு நெனச்சேன். இரு வரேன் என்று சொல்லிவிட்டு அவரே அக்கவுண்டண்டின் அறைக்குப் போன போது சுப்பிரமணிக்கு மிகவும் நிம்மதியாக இருந்தது.

ஆனால் அரை மணி நேரம் கழித்துத் திரும்பி வந்த இயக்குநர் போன காரியத்தைப் பற்றி ஏதும் சொல்லாமல் ஹீரோயினுக்குத் தைக்கும் டெய்லரை உடனே தன்னை வந்து பார்க்கும்படி சொல்லிவிட்டு வீட்டுக்குக் கிளம்பிப் போய்விட்டார். அவனுக்கு அழுகை வந்தது. தன் இயலாமை குறித்த சுய இரக்கம் மேலோங்கி விட்டிருந்தது. எதிர்காலத்தில் தன்னாலும் ஓர் இயக்குநராகிவிட முடியும் என்று அநேகமாக தினமும் எண்ணிக்கொண்டிருந்தது போக, தங்கை திருமணம் முடிகிற வரைக்குமாவது இந்த சினிமா சனியனை விட்டு விலகி வேறு ஏதாவது வேலைக்குப் போகலாமா என்று யோசிக்க ஆரம்பித்தான்.

எத்தனை நேரம் அங்கேயே அமர்ந்து யோசித்துக்கொண்டிருந் தோம் என்று அவனுக்கே தெரியவில்லை. சுய நினைவு திரும்பி

சுற்றுமுற்றும் பார்த்தபோது அனைவருமே வீட்டுக்குக் கிளம்பிப் போய்விட்டிருந்தார்கள். சுப்பிரமணி அவசரமாக கர்ச்சிப்பை எடுத்து முகத்தை அழுத்தித் துடைத்துக்கொண்டு எழுந்தான். அறையைப் பூட்டிக்கொண்டு வெளியே வந்தபோது அக்கவுண்டண்ட்டும் அப்போதுதான் வெளியே வந்தார்.

சுப்பிரமணி, ஒரு நிமிஷம்.

சார் என்று பதைப்போடு அவர் அருகே ஓடினான்.

வீட்டுக்கா போற? நீ சாலிக்கிராமம்தான?

ஆமா சார்.

போற வழில என்னை டிராப் பண்ணிடுறியா.. வண்டி இருக்கில்ல?

வண்டி உண்டு. அது இயக்குநரின் பழைய மோட்டார் சைக்கிள். அவசர எடுபிடிப் பணிகளுக்காக அவனிடம் அதை அளித்திருந்தார்.

வண்டி இருக்கு சார். வாங்க சார்..

போகிற வழியில் அக்கவுண்டண்ட் அவனிடம் பேச்சுக் கொடுத்துக்கொண்டே வந்தார். முப்பத்தி ஐந்து வயதாகியும் இன்னும் அவருக்குத் திருமணமாகவில்லை. ஏதேதோ காரணங்களால் தள்ளிப் போய்க்கொண்டே இருக்கிறது. சம்மந்தம் பேச வருகிறவர்களெல்லாம் சினிமா கம்பெனி என்றால் ஓடிவிடு கிறார்கள். சம்பளம் பதினையாயிரம்தான் என்றால் தலைக்கு மேலே கும்பிடு போட்டுவிடுகிறார்கள்.

பிரச்னைதான் சார் என்றான் சுப்பிரமணி.

இப்ப ஒரு ஜாதகம் வந்திருக்கு சுப்பிரமணி. பொண்ணுக்கு இருவத்தியெட்டு வயசாயிருக்குதாம். ரொம்ப சுமாரான ஃபேமிலி தான். அவங்கம்மா டெய்லரிங் பண்றாங்களாம். அண்ணன் ஒருத்தன் இருக்கானாம். அவன் சினிமாவுல இருக்கறாப்பல. அதனால இந்த சம்மந்தம் ஒர்க் அவுட் ஆயிரும்னு எங்கம்மா நினைக்கறாங்க..

ஒரு கணம் சுப்பிரமணிக்குத் தலை சுற்றியது. தன் கட்டுப்பாட்டை மீறி ஏதேதோ பேசிவிடுவோமோ என்று பயந்தான். அடக்கிக் கொண்டு, நிதானமாக, பொண்ணு பேர் என்ன சார் என்றான்

சரியா ஞாபகமில்லப்பா.. ரத்னாவோ என்னமோ சொன்னாங்க எங்கம்மா.

சந்தேகமே இல்லை. இருப்பினும் அவன் மேலும் உறுதிப் படுத்திக்கொள்வதன்பொருட்டு, அவங்கம்மா பேரு? என்று கேட்டான்.

சரஸ்வதின்னு சொன்னாங்கன்னு ஞாபகம்.

இறங்கவேண்டிய இடம் வந்துவிட்டது என்று அக்கவுண்டண்ட் சொன்னார். சுப்பிரமணி வண்டியை நிறுத்தினான். அவனும் இறங்கினான்.

ரொம்ப தேங்ஸ்ப்பா. என் வண்டி சர்வீசுக்கு குடுத்திருக்கேன். அதான்..

பரவால்ல சார். உங்ககிட்ட ஒண்ணு சொல்லணும். தப்பா நினைக்கமாட்டிங்கன்னா சொல்லுவேன்.

சொல்லு சுப்பிரமணி

எனக்கு இருவத்தொம்பது நாள் பேட்டா பாக்கி இருக்கு சார். வீட்ல ரொம்ப கஷ்டமா இருக்கு. ஒரு பதினஞ்சு நாள் அமௌண்ட்டாச்சும் ரிலீஸ் பண்ணிங்கன்னா நல்லாருக்கும் என்றான்.

# ஆதி வராகம்

அடையாறில் அப்போது தண்ணீர் வரத்து இருந்தது. பெரியதொரு நதியாகக் காட்சியளிக்காதே தவிர, நதியில்லை என்று சொல்லிவிட முடியாது. ஒரு பக்கம் நீரோட்டம் இருக்கும். அப்படியே சில நூறடிகள் தள்ளி மணல் மேடிட்டிருக்கும். மணல் மேட்டின்மீது பையன்கள் முட்டிவரை நிஜாரை இறக்கி விட்டுக்கொண்டு மலம் கழித்துக்கொண்டிருப்பார்கள். மறு பக்கம் குளம்போல் கொஞ்சம் தண்ணீர் தேங்கியிருக்கும். ஓடும் நீரும் இந்த நீரும் வேறு வேறு மதங்களைச் சேர்ந்தாற்போலத் தோன்றும். நடுநடுவே கற்பாறைகள் சில தென்படும். புல் முளைத்திருக்கும். அங்கே தென்னை மட்டை வைத்து கிரிக்கெட் ஆடுவார்கள். சலவைத் தொழிலாளிகள் கழுதைகளின்மீது துணி மூட்டைகள் ஏற்றி வந்து கரையில் இறக்கி வெளுத்துக் கொண்டிருப்பார்கள். சுமை இறக்கிய கழுதைகள் தண்ணீருக்குள் இறங்கிப் படுத்துக்கொள்ளும். துணி வெளுக்கும் மனிதர்கள் ஒருபோதும் கழுதைகளைக் குளிப்பாட்ட நினைப்பதேயில்லை. அவை தாமாகவே இம்மாதிரி குளித்தால்தான் உண்டு. இருபது நிமிடங்களுக்கொருதரம் பாலத்தின்மீது ரயில் போகும் போதெல்லாம் நீரில் அமிழ்ந்து கிடக்கும் கழுதைகள் தலையை நிமிர்த்திப் பார்க்கும். பிராந்தியமே கிடுகிடுவென்று அதிரும். கரையோரத்துக் குடிசைவாசிகளுக்கு அந்தச் சத்தமும் அதிர்வும் பழகியவை. பாலத்தை ரயில் கடக்கும்போதெல்லாம் மின்சாரம் போனதுபோல அவர்கள் சொற்களைத் துறந்துவிடுவார்கள்.

தன்னியல்பாக சைகையில் பேசிக்கொள்ள ஆரம்பிப்பார்கள். ரயில் சத்தமும் தடதடப்பும் ஓய்ந்ததும் மீண்டும் பேச்சொலி கேட்க ஆரம்பிக்கும். சில சமயம் அவர்களுக்கிடையே அடிதடி சண்டைகள் நடக்கும். காத்திரமான வார்த்தைப் பிரயோகங்கள் நிகழும். ஒருவரை ஒருவர் கடும் சொற்களால் தாக்கிக்கொள்வார் கள். அம்மாதிரி சந்தர்ப்பங்களில் ரயில் கடந்தால்கூட பிரக்ஞை பூர்வமாகச் சொற்களை நிறுத்திவிட்டு சைகை மொழியில் சண்டை போட்டுக்கொள்வார்கள். ரயில் போனபிற்பாடு மீண்டும் சத்தமிட்டு சண்டை போடத் தொடங்குவார்கள்.

ரயில் பாலத்துக்கு இருநூறடி தள்ளி ஆற்றின் குறுக்கே தரைப் பாலம் ஒன்று இருந்தது. இரண்டையும் ஒருசேரப் பார்த்தால் அண்ணன் தம்பி போலத் தெரியும். நுணுக்கமாகக் கவனித்தால் அந்தத் தரைப்பாலமானது, ரயில் பாலத்தின் பாட்டன் காலத்து நிர்மாணம் என்பது விளங்கும். நாடி நரம்புகள் ஓய்ந்து, பற்கள் உதிர்ந்து, தோல் சுருங்கிப் போய், கயிற்றுக் கட்டிலில் கிடக்கிற ஒரு நூற்றுக் கிழவனின் தோற்றம் அதற்கு. காலப் புரட்டலில் பலமுறை அந்தப் பாலம் பழுது பார்க்கப்பட்டிருக்க வேண்டும். ஏதோ ஒரு கட்டத்தில், போதும் என்று எண்ணி அரசாங்கம் கைவிட்டுவிட்டது. அப்படிக் கைவிட்டே இருபது வருடங்கள் ஆகியிருக்கும். அந்தத் தரைப் பாலத்தின் விளிம்புக் கற்களில் ஒன்றிரண்டைத் தவிர, அனைத்தும் பல்வேறு வெள்ளக் காலங்களில் சிறிது சிறிதாக அடித்துப் போகப்பட்டுவிட்டிருந்தன. தரையுமேகூட தொளதொளத்துத்தான் காணப்படும். ஆங்காங்கே கற்கள் பெயர்ந்து அடியில் தண்ணீர் போவது தெரியும். ரயில் பாலத்தில் சரக்கு ஏற்றிய கூட்ஸ் வண்டிகள் போகும்போது இந்தப் பாலம் அமிழ்ந்துவிடுவது போல நடுங்கும். ஆனால் எப்படியோ தப்பித்திருந்தது. அது மட்டும் இல்லாதிருந்தால் சைதாப்பேட்டை யில் இருந்து கிண்டிக்குப் போய் வருவதற்குத் தலையைச் சுற்றி மூக்கைத் தொடவேண்டியிருக்கும். இப்போதும் மூக்கைப் பிடித்துக்கொண்டுதான் பாலத்தைக் கடக்க வேண்டும். ஆனால் தலையைச் சுற்றும் அவசியம் இருக்காது.

சைக்கிள்கள், தோல் கழிவுகளை ஏற்றி வரும் மாட்டு வண்டிகள், கிண்டி தொழிற்பேட்டைக்கு வேலைக்குச் செல்லும் மக்கள் பயன்பாட்டுக்காக இருந்த அந்தப் பாலம் அன்றைக்கு வேறொரு காரியத்துக்கும் உபயோகமாக இருந்தது. அது பன்றி அறுப்பது. நூற்றுக்கணக்கான சாக்கடைக் கால்வாய்களுக்கு இடையே நிர்மாணிக்கப்பட்டிருந்த சைதாப்பேட்டையில் பன்றிகளின்

எண்ணிக்கை அதிகம். ஆதியில் மக்கள் இது குறித்துக் கவலையோ அருவருப்புணர்வோ கொண்டிருக்கக்கூடும். காலப்போக்கில் அவர்கள் பன்றிகளோடு வாழப் பழகிப் போனார்கள். சைதாப் பேட்டையின் அனைத்துச் சாலைகளிலும் வீதிகளிலும் சந்துகளிலும் குப்பை மேடுகளிலும் மனிதர்களுக்குச் சமமாகப் புழங்க அவை உரிமம் பெற்றிருந்தன. நாய்களைப் போல் பன்றிகள் மனிதர்களைத் தொந்தரவு செய்வதில்லை என்பதால் சைதாப்பேட்டைவாசிகள் பன்றிகளை சக உயிரினமாகத் தன்னியல்பில் மதிக்க ஆரம்பித்திருந்தார்கள்.

வருடத்துக்கு ஒரு முறை, பெரும்பாலும் தீபாவளி முடிந்த ஓரிரு தினங்களில் நகர சுத்திகரிப்புத் தொழிலாளர்கள் பன்றி ஒழிப்புப் பணிக்கு வருவார்கள். மோட்டார் வைத்த, கம்பிக் கூண்டு அமைக்கப்பட்ட பழுப்பு நிற மூன்று சக்கர வாகனத்தில் வருகிற அவர்களிடம் வினோதமான சில ஆயுதங்கள் இருக்கும். அதில் முக்கியமானது நீண்ட இரும்புக் கழியின் முனையில் பொருத்தப் பட்ட ஒரு வலைச்சுருள். அதனைக் கொண்டு, துரத்தி மடக்கும் பன்றியின் முகத்தில் ஓங்கி அடிப்பார்கள். கழி அதன் நடு நெற்றியைத் தாக்கும்போது முகத்தை உக்கிரமாக சிலிர்த்துக் கொள்ளும் பன்றி, வலைச்சுருளைப் பிரித்து தானே அதனுள் தலையை நுழைத்துக்கொண்டு வெளியேற முடியாமல் தவிக்கத் தொடங்கும். சுத்திகரிப்பு ஊழியர்களுக்கு அந்தச் சில கணம் போது மானது. அவர்கள் உடனே பன்றியை நெருங்கி ஒரு பூனைக் குட்டியைத் தூக்குவதுபோலத் தூக்கி எடுத்து வண்டியில் போட்டுக்கொண்டுவிடுவார்கள். சுமார் மூன்று மணி நேரம் வேட்டையாடி ஏழெட்டுப் பன்றிகளைப் பிடித்து வண்டியில் ஏற்றிவிட்டு, வீடு தோறும் வந்து தீபாவளி இனாம் வாங்கிக் கொண்டு போவார்கள்.

ஆனால் நூற்றுக் கணக்கான பன்றிகள் தோன்றிக்கொண்டே இருக்கும் சைதாப்பேட்டையில் எப்போதாவது நிகழும் இந்தப் பன்றி வேட்டையால் பெரிய பயனின்றி இருந்தது. அந்தப் பிரச்னைக்கு ஒரு முடிவு காணும் விதமாகத்தான் சகாயமுத்துவும் அவனது சிநேகிதர்களும் அங்கு வந்து சேர்ந்தார்கள்.

அந்நாள்களில் சைதாப்பேட்டையில், குறிப்பாக ஆற்றங்கரையை ஒட்டிய அபீத் காலனியில் வசித்து வந்த மக்களுக்கு சகாய முத்துவைக் கண்டாலே பயம். அவன் பெரும்பாலும் குடி போதையில் இருப்பான். யாராவது எதற்காகவாவது நெருங்கிப்

பேசினால் பதில் சொல்லுவதற்கு முன்னால் பயங்கரமாக ஒரு முறை முறைப்பான். கொடூரமான ஒரு சத்தம் எழுப்பி, காறித் துப்பிவிட்டுத்தான் பேச ஆரம்பிப்பான். எப்போதும் துப்புவதற்கு அவன் தொண்டைக்குள் ஏதேனும் ஒன்று இருக்கும். அவனும் அவனது நண்பர்களும் வசிப்பதற்கு ஆற்றங்கரையை ஒட்டி குடிசை போட்டிருந்தார்கள் என்றாலும் பெரும்பாலும் அக்குடிசைக்கு வெளியேதான் அவர்கள் படுத்திருப்பார்கள். தூங்கி எழுந்து காலைக் கடன்களை முடித்து, பல் துலக்கிவிட்டு, நடந்து சென்று டீ குடித்துவிட்டு வந்து ஒரு பீடியும் புகைத்தான பின்பும் அவர்கள் படுத்தபடிதான் பேசிக்கொண்டிருப்பார்கள். நாள்பூரா அப்படி என்னதான் அவர்கள் பேசிக்கொண்டே இருப்பார்கள் என்று யாருக்கும் தெரியாது. நெருங்கிப் போனால் சகாயமுத்துவின் முறைப்புக்கு ஆளாக வேண்டிவரும் என்பதால் அதையும் செய்ய முடியாது.

ஆனால் புதன் மற்றும் வியாழக்கிழமைகளில் அவர்களது நடவடிக்கை முற்றிலும் மாறிவிடும். அந்த இரு தினங்களில் மட்டும் அவர்கள் சூரிய உதயத்துக்கு முன்பே எழுந்துவிடுவார்கள். ஆளுக்கொரு அழுக்குச் சாக்குப்பையைத் தோளில் போட்டுக்கொண்டு அபீத் காலனி முழுதும் சுற்றி வருவார்கள். ஒரு பன்றி கண்ணில் பட்டு விட்டால் போதும். அடுத்தக் கணம் சகாயமுத்து ஒரு வீரனைப் போல் அதன்மீது பாய்ந்துவிடுவான். சுத்திகரிப்பு ஊழியர்களைப் போல் அவன் ஆயுதங்கள் எதையும் பயன்படுத்துவது கிடையாது. குறி வைத்த பன்றிக்குப் பின்புறம் சத்தமில்லாமல் நெருங்குவான். இரண்டடி தூரத்தில் நின்று தன்னைத் தயார் செய்துகொண்டு ஒரே தாவாகத் தாவிவிடுவான். அப்படித் தாவும்போது சரியாக அவனது இரு கால் தொடை இடுக்குகளுக்குள் பன்றியின் புட்டம் சிக்கிக்கொள்ளும். உடனே அவன் தனதிரு கால்களையும் பன்றியின் பின்னங்கால்களை சுற்றி, கிடுக்கிப் பிடியாக்கி விடுவான். இது நடக்கும்போதே அவனது இடது கை பன்றியின் குரல் வளையைப் பிடித்து அழுத்தி வலப்புறம் வளைக்கும். பன்றி பயத்தில் அலறத் தொடங்கும்போது தனது வலக்கரத்தில் முஷ்டி மடக்கி, அதன் முன்புற வலது காலின் நடுவே ஓங்கி ஒரு குத்து விடுவான். ஒரு பன்றியை நிலைகுலையச் செய்து வீழ்த்த இதுதான் சரியான உத்தி என்பதை அவன் எப்படியோ அறிந்து வைத்திருந்தான்.

அதிகாலைப் பொழுதில் எதிர்பாராத வகையில் நிகழும் இத்தாக்கு தலைச் சமாளிக்க முடியாமல் பன்றியானது எப்படியாவது உயிர் பிழைத்து ஓடப் பார்க்கும். சகாயமுத்து விடமாட்டான். அதன்மீது

விழுந்து புரண்டு, தன் உடலின் மொத்த பாரத்தையும் அதன்மேல் இறக்கி வைப்பான். சில கணங்கள்தாம். பன்றியின் மரண ஓலம் கேட்கத் தொடங்கியதுமே அவனது சிநேகிதர்களில் ஒருவன் சாக்குப்பையோடு ஓடி வந்துவிடுவான். பன்றி கதறக் கதற சகாயமுத்து அதை சாக்குப்பைக்குள் திணித்து முடிச்சுப் போட்டு விடுவான். அதன்பின் நெடுநேரம் பன்றி சாக்குப் பைக்குள்ளேயே உருண்டு புரண்டு சத்தமெழுப்பிக்கொண்டிருக்கும். சகாயம் அந்நேரம் அடுத்த பன்றியைக் குறி வைத்துப் போயிருப்பான்.

காலை ஐந்து அல்லது ஐந்தரைக்கு ஆரம்பிக்கும் இந்தப் பணி ஏழு மணிக்கு முடிவடைந்துவிடும். சகாயமுத்துவும் அவனது நண்பர்களும் அதற்குள் பத்துப் பன்னிரண்டு பன்றிகளை சாக்குப் பைகளுக்குள் திணித்துக் கட்டியிருப்பார்கள். பிறகு அவற்றைத் தூக்கிக்கொண்டு தரைப்பாலத்தின் நடுப்பகுதிக்கு வருவார்கள்.

இப்போது சலவைத் தொழிலாளிகள் அழுக்கு மூட்டைகளைக் கழுதை மீதேற்றி ஆற்றங்கரைக்குத் தொழில் தொடங்க வர ஆரம்பிப்பார்கள். நல்ல வெயில் வந்திருக்கும். தரைப்பாலத்தின் மீது வாகனப் போக்குவரத்து தொடங்கியிருக்கும். சகாயமுத்து இதையெல்லாம் கவனிக்கவே மாட்டான். மூட்டைகளுடன் பாலத்துக்கு வந்ததும் அவற்றைப் போட்டுவிட்டு ஒரு பீடி குடிப்பான். அதைக் குடித்து முடித்துவிட்டுத் தனது நீண்ட பிடி வைத்த, அரை ஜாண் அகலமும் அரையடி நீளமும் உள்ள கூரான கத்தியை எடுத்து வைத்துக்கொண்டு பாலத்தின் ஓரத்தில் உள்ள கற்களில் ஒன்றைத் தேர்ந்தெடுத்து அமர்வான். அவனது நண்பர்கள் வரிசையாக ஒவ்வொரு மூட்டையாகத் தூக்கி அக்குளுக்கும் இடுப்புக்கும் இடையே இடுக்கிக்கொண்டு, முடிச்சை அவிழ்த்து, பன்றிகளுக்குச் சற்று காற்று அளிப்பார்கள். தப்பிக்க ஒரு வழி அகப்பட்டிருப்பதாக எண்ணிக்கொண்டு அவை வேகவேகமாகத் தலையை வெளியே நீட்டும். ஒரு கணம்தான். தலை நீளும்போதே சகாயமுத்து கத்தியை வீசிவிடுவான். ஒரே சீவு. தலை துண்டாகி விழுந்துவிடும்.

அந்தப் பன்றியைப் பிடித்துக்கொண்டு நின்ற நண்பன் நகர்ந்து, அடுத்தவன் அதே போல வரிசையில் வந்து நிற்பான். மொத்தம் நான்கு நண்பர்கள் சகாயத்துக்கு. நால்வரும் தலா மூன்று முறை மூட்டைகளின் முடிச்சை அவிழ்த்துவிட்டுக்கொண்டு சகாயத்தின் எதிரே வந்து நிற்பதும் சகாயம் சரியாக ஒரே சீவில் பன்றிகளின் தலையைக் கொய்துவிடுவதும் மொத்தமே இருபது

வினாடிகளுக்குள் நடந்தேறிவிடும். அந்தச் சமயத்தில் அங்கே யாரும் நெருங்கி நின்று பார்த்துவிட முடியாது. சகாயமுத்துவும் அவனது நண்பர்களும் வாய்க்கு வந்த கெட்ட வார்த்தைகளால் திட்டித் தீர்த்து, விரட்டுவார்கள். ஆனால் தரைப்பாலத்தின்மீது சைக்கிள் ஓட்டிச் செல்பவர்கள் பாலமெங்கும் ரத்தம் பெருக் கெடுத்து ஓடுவதைக் கண்டு திகைக்காதிருக்க முடியாது. சகாயம் அதையெல்லாம் கண்டுகொள்ளவே மாட்டான். தலை அறுபட்ட பன்றிகளின் உடல்கள் சிறிது நேரம் துடித்துக்கொண்டே இருக்கும். அந்தத் துடிப்பு அடங்கியதும் அவர்கள் மூட்டை களைப் பிரித்து, பன்றிகளின் தோலை உரிக்க ஆரம்பிப்பார்கள்.

மொத்தப் பணியில் இந்தப் பகுதிதான் சிரமமானது. பொதுவாக சைதாப்பேட்டை பன்றிகளின் தோல் மிகவும் கனமாக இருக்கும். அத்தனை எளிதாக உரிக்க வராது. சகாயமுத்துவின் நண்பர்கள் கால்களை விரித்து அமர்ந்து ஒரு பலாப்பழத்தை உரிப்பது போலப் பன்றித் தோலை உரிப்பார்கள். அவர்களின் முழங்கை வரை ரத்தம் பூசியிருக்கும். அப்படியே வழியும் வியர்வையைத் துடைத்துக் கொள்வார்கள். இப்போது மூக்கு, நெற்றி, கன்னங்களிலும் ரத்தம் பூசிவிடும். எதைக் குறித்தும் கவலையின்றி பன்னிரண்டு பன்றிகளின் தோல்களையும் முழுதாக உரித்துப் போட்டுவிட்டுத்தான் எழுவார்கள்.

அவர்களுக்குச் சிறிது நேரம் ஓய்வு கொடுத்துவிட்டு உரித்த பன்றிகளை சகாயமுத்து சுத்தம் செய்ய ஆரம்பிப்பான். ஒவ்வொரு பன்றிக்குள்ளிருந்து எடுக்கும் வேண்டாத பகுதிகளையும் உட்கார்ந்த இடத்தில் இருந்து அப்படியே பின்புறம் ஆற்றில் எறிந்துவிடுவான். இந்தப் பணியெல்லாம் பரபரவென்று ரயில் ஓடும் வேகத்தில் நடக்கும். பத்திருபது நிமிடங்களில் தரைப்பாலம் முழுதும் ரத்தமும் சதையும் தோலுமாகக் காட்சியளிக்கும். பன்றியின் கழுத்து முடி காற்றில் அலைந்து பறக்கும். அறுபட்ட பன்றிகளின் தலைகள் ஒருபுறம் மொத்தமாகக் குவித்துவைக்கப் பட்டிருக்கும். சகாயமுத்து அவற்றை அள்ளி ஒரு சாக்குப் பையில் தனியே போட்டுக் கட்டிவைப்பான்.

எட்டரை ஒன்பது மணிக்கு சகாயத்தின் நண்பர்களில் ஒருவன் எங்கிருந்தோ ஒரு மீன்பாடி வண்டியை ஓட்டிக்கொண்டு வந்து சேருவான். அறுத்து சுத்தம் செய்த மாமிசங்களை அவர்கள் வண்டியில் ஏற்றுவார்கள். ஆனால் தலைகள் நிறைந்த சாக்கு மூட்டையை மட்டும் சகாயம் அதில் ஏற்ற மாட்டான். அவனே தோளில் தூக்கிப் போட்டுக்கொண்டு கிளம்புவான். மீன்பாடி

வண்டி எங்கே போகிறதென்றோ, தலைகள் நிறைந்த சாக்கு மூட்டை எங்கே போகிறது என்றோ சைதாப்பேட்டைவாசிகளுக்குத் தெரியாது. ஆனால் வாரம்தோறும் குறைந்தது இருபதில் இருந்து முப்பது பன்றிகளின் எண்ணிக்கை குறைவது அவர்களுக்குத் தெரியும்.

அவர்களுக்கு இருந்த விமரிசனமெல்லாம் ஒன்றுதான். அவன் பன்றிகளைப் பிடிக்கட்டும். அறுத்து, காசாக்கிக்கொண்டு போகட்டும். அதில் சொல்ல ஒன்றுமில்லை. ஆனால் தரைப் பாலத்தை ஏன் இப்படி நாசமாக்க வேண்டும்? சகாயமுத்து ஒரு நாளும் பன்றி அறுத்த பின்பு பாலத்தைக் கழுவி சுத்தம் செய்ததில்லை. பெரும்பாலும் ரத்தக்கறை படிந்து அந்த இடம் அப்படியேதான் காய்ந்து போகும். எப்போதாவது சலவைத் தொழிலாளிகள் மனமிறங்கி, பாலத்தின்மீது பன்றி அறுத்த இடங்களில் தண்ணீர் பிடித்து ஊற்றி, காலால் தேய்த்துக் கழுவப் பார்ப்பார்கள். அதில் பெரிய பலன் இராது. காய்ந்த பன்றி ரத்தக்கறை அத்தனை சீக்கிரம் போகாது.

இது பற்றிய புகார் அபீத் காலனிவாசிகளிடையே அடிக்கடி எழும். போலிசில் சொல்லலாம் என்று ஒரு சிலர் பேசிக்கொள்வார்கள். நகராட்சி நிர்வாகத்திடம் சொன்னால் போதும் என்று அதற்கு வேறு சிலர் பதில் சொல்லுவார்கள். ரசாக் மார்க்கெட்டில் மிளகாய் மண்டி வைத்து வியாபாரம் செய்தபடிக்குப் பகுதி நேரமாக மசூதித் தெரு மசூதியில் பாங்கு ஓதும் இன்னாயத்துல்லா பாய், இது ஒரு தெய்வக் குற்றம்; சைதாப்பேட்டைக்கே இவர்களது செயலால் விநாசம் வரும் என்று தனக்குத் தெரிந்த அனைவரிடமும் சொல்லிக்கொண்டிருந்தார். ஆனால் என்றுமே யாரும் அடுத்த நடவடிக்கை என்ற ஒன்றை எடுக்கவில்லை. சில சங்கடங்கள் இருந்தாலும் பேட்டையில் பன்றிகள் எண்ணிக்கை குறைவது நல்லது என்றே எல்லோரும் நினைத்தார்கள்.

இந்தக் காலக்கட்டத்தில்தான் டேங் தெரு ரெட்டியார் வீட்டு வேலைக்காரன் ஒரு வியாழக்கிழமையன்று சகாயமுத்துவைப் பார்க்க தரைப் பாலத்துக்கு வந்தான். சகாயமுத்து அப்போது எட்டு பன்றிகளை அறுத்து, சுத்தம் செய்து மீன்பாடி வண்டியில் ஏற்றும் மும்முரத்தில் இருந்தான். ரெட்டியார் வீட்டு வேலைக்காரன் அருகே வந்து நின்றதை அவன் கவனிக்கவில்லை. அவனது சட்டை, லுங்கி, புறங்கை எல்லாம் ரத்தம் பூசியிருந்தது. உறங்கி எழுந்து தலைகூடச் சீவாமல் அவன் தொழிலுக்கு வந்திருந்த படியாலும், வியர்த்து விறுவிறுக்க ஓடி, பன்றிகளைப் பிடித்துக்

கொன்று, தோல் சீவி சுத்தம் செய்திருந்தபடியாலும் முற்றிலும் நனைந்து, களைத்திருந்தான். அந்தக் கோலத்தில் அவனைப் பார்க்கவே ரெட்டியார் வீட்டு வேலைக்காரனுக்கு பயங்கரமாக இருந்தது. கூப்பிடலாமா வேண்டாமா என்று அவன் யோசித்துக் கொண்டிருந்தபோது சகாயமுத்துவின் நண்பர்களுள் ஒருவன் வண்டியில் ஏற்றிய சரக்கை உள்ளே தள்ளி அடுக்கிவைத்தபடியே என்ன என்று பார்வையால் கேட்டான். 'சகாயத்த ரெட்டியார் பாக்கணுன்றாரு' என்று வேலைக்காரன் பதில் சொன்னான். 'என்னா?' என்று சகாயம் கேட்டான். 'தெரியல. வீட்டாண்ட வர சொன்னாரு' என்று சொல்லிவிட்டு அவன் அங்கே நிற்க விரும்பாமல் விரைந்து சென்றுவிட்டான்.

மீன்பாடி வண்டி கிளம்பிச் சென்றதும் சகாயம் அறுத்த தலைகளைக் கொண்ட மூட்டையை எடுத்துக்கொண்டு புறப்பட்டுப் போனான். பதினொரு மணிக்கு அவன் தன் குடிசைக்குத் திரும்பி வந்தபோது அவனது நண்பர்கள் வந்திருக்கவில்லை. சட்டை, லுங்கியை குடிசைக்கு வெளியே கழட்டி வைத்துவிட்டு பல் துலக்கும் பிரஷ்ஷில் பேஸ்டை எடுத்துக்கொண்டு, ஜட்டியுடன் ஆற்றில் இறங்கிக் குளித்தான். குளிக்கும்போதே பல் துலக்கி முடித்தான். அவன் கரையேறியபோது அவனது நண்பர்கள் வந்துவிட்டிருந் தார்கள். அவர்களும் குளித்துவிட்டு வந்ததும் அனைவரும் மொத்தமாக மாரி ஒட்டலுக்குச் சென்று சாப்பிட்டார்கள். அவர்களை வீட்டுக்குப் போகச் சொல்லிவிட்டு, ஒரு பீடியைப் பற்றவைத்துக் கொண்டு சகாயம் ரெட்டியாரைப் பார்க்கப் புறப்பட்டான்.

ரெட்டியாருக்கு பாரிஸ் கார்னர் தம்பு செட்டி தெருவில் ஸ்டேஷனரி வியாபாரம். பதிவு செய்யப்படாமல் வெளியாகிக் கொண்டிருந்த பல குறும்பத்திரிகைகளுக்கு அவர் பில் இல்லாமல் நியூஸ் ப்ரிண்ட் சப்ளை செய்துகொண்டிருந்தார். இது வெளியாருக்குத் தெரியாது. மேலுக்கு அவர் நோட்டுப் புத்தகங்களும் கோனார் மற்றும் வெற்றி துணைவனும் பேனா பென்சில்களும் வைத்து விற்றுக்கொண்டிருப்பார். ரெட்டியாரின் மனைவி பிராந்தியத்தில் மிகவும் பிரபலமானவர். அந்நாளில் சைதாப்பேட்டைப் பெண்கள் யாருமே செய்யத் துணியாத மகளிர் சங்கம் ஒன்றை நிறுவி அடிக்கடி விழாக்கள் நடத்துவார். பிரபல நாட்டிய மணிகளையும் சமூக சேவகிகளையும் கல்லூரி முதல்வர்களையும் அபீத் காலனிக்கு வரவழைத்து நடு வீதியில் மேடை அமைத்துப் பொன்னாடி போர்த்திப் பேசுவார். அவர்களுக்கு மகள் ஒருத்தி இருந்தாள். அவள் பெயர் பானுமதி. அவளுக்குத் தனது தாய்

தந்தை இருவர் மீதும் கடும் அதிருப்தி இருந்தது. இருவருமே தனக்காகவோ, வீட்டுக்காகவோ எதையும் செய்வதில்லை என்பது அவளது அபிப்பிராயம். கல்லூரியில் இறுதியாண்டு படித்துக்கொண்டிருந்த பானுமதிக்கு அபீத் காலனியை விட்டுப் போய்விட வேண்டும் என்பது விருப்பம். அதுவும் ரெட்டியார் வீடு ஆற்றங்கரையை ஒட்டிய முதல் தெருவான டேங்க் தெருவுக்குள் இருந்தது. புராதனமான அந்த வீட்டின் தோற்றத்துக்கும் ரெட்டியாரின் பணச் செழுமைக்கும் சம்பந்தம் இருப்பதாகவே தோன்றாது. தனி வீடு, சற்று பெரிய வீடு என்று வேண்டுமானால் சொல்லலாமே தவிர, ஒரு பதினெட்டு வயது பணக்கார வீட்டுப் பெண் விரும்பக் கூடிய வீடாக அது இல்லை. சுற்றிலும் காய்ந்து கிடக்கும் வேலிக்காத்தான் புதர்களும் அவற்றை ஒட்டிய சாக்கடை ஓட்டமும் துர்நாற்றமும் அதை ஒரு சுற்றுலாத் தலமாகக் கருதி வரும் பன்றிகள் அடிக்கும் கொட்டமும் அவளது படிப்புக்குப் பெரும் இடைஞ்சலாக இருந்தன. தவிரவும் தனது தோழிகளை வீட்டுக்கு அழைத்து வர இதன் காரணம் பற்றியே அவள் மிகவும் தயங்குவாள். என்ன வீடு இது, எப்படி இங்கே இருக்கிறாய் என்று யாராவது கேட்டுவிடப் போகிறார்களே என்ற எண்ணம்.

ஆனால் ரெட்டியாருக்கு வீட்டை மாற்ற மனமில்லை. அது அவரது பிதுரார்ஜிதம். அவரது சம்பாத்தியங்களை வங்கியில் பத்திரமாக சேமித்து வைத்திருந்தார். மகள் திருமணத்தை ஆபட்ஸ்பரியில் நடத்தும் திட்டம் வைத்திருந்தார். அவள் புகுந்தகம் போகும் போது பல்லாவரத்தில் ஒரு கிரவுண்டு நிலமும் இருபது லட்ச ரூபாய் ரொக்கமும் சீதனமாகக் கொடுத்து அனுப்பத் திட்ட மிட்டிருந்தார். எது அவசியம், எதை எப்போது செய்ய வேண்டும் என்று குழந்தைக்கு எப்படித் தெரியும்? பானுமதி அவரைக் கஞ்சன் என்று அவர் இல்லாத சமயங்களில் சொல்லுவது அவருக்குத் தெரியும். அதனாலென்ன? அவள் என்ன சொன்னாலும் அவருக்கு உறுத்தாது. மகள் மீது ரெட்டியாருக்குப் பாசம் அதிகம். அவரைப் போலவே பாரிஸ் கார்னரில் கடை வைத்து வியாபாரம் செய்யும் இன்னொரு ரெட்டியாரின் ஒரே வாரிசான கோகுல சுந்தரன் என்கிற வரனைத் தம் பெண்ணுக்காக அவர் பார்த்து வைத்திருந்தார். இதைச் சொன்னால், இப்போது கல்யாண மெல்லாம் வேண்டாம் என்று பானுமதி முரண்டு பிடிப்பாள் என்று அவருக்குத் தெரியும். எனவே முன்னறிவிப்பு ஏதுமின்றி மாப்பிள்ளை வீட்டாரை தீபாவளிக்கு முதல் வாரம் ஒரு நல்ல நாள் பார்த்துத் தன் வீட்டுக்கு வரச் சொல்லியிருந்தார். பையன்

பார்த்ததும் பிடித்துப் போவதற்குத் தகுதியானவன் என்பது அவரது அபிப்பிராயம். எல்லாம் பிடித்துப் போய், எல்லாம் சரியாக அமைந்துவிட்டால் தை பிறந்ததும் திருமணத்தை நடத்தி விட உத்தேசித்திருந்தார்.

சகாயமுத்துவை அவர் வரச் சொல்லியிருந்ததும் அதன் காரணம் பற்றித்தான். மாப்பிள்ளை வீட்டுக்காரர்கள் வரும்போது வீட்டின் சுற்றுப்புறம் சற்று சுத்தமாக இருந்தால் நல்லது. அவரால் வீட்டை மாற்ற முடியாது. சாக்கடையை இல்லாமலாக்க முடியாது. ஆனால் பன்னெடுங்காலமாக அதில் புரண்டு வாழும் பன்றிகளை அவன் மனம் வைத்தால் அழித்து ஒழித்துவிட முடியும். நதியோர நந்தவனமாக அவை கருதி வந்து இளைப்பாறும் வேலிக்காத்தான் புதர்களையும் சேர்த்து வெட்டி வீழ்த்த வேண்டும். முடிந்தால் சாக்கடையின் ஒட்டத்தைத் துரிதப்படுத்தும் விதமாகக் குப்பைகளை அப்புறப்படுத்தி, அதன் ஆழத்தையும் சற்றுக் கூட்டலாம். ரெட்டியார் ப்ளீச்சிங் பவுடர் வாங்கி வைத்திருக்கிறார். இரண்டு பெரும் மூட்டைகள் தயாராக இருக்கின்றன. அரசியல் பிரமுகர்கள், அமைச்சர்கள் யாராவது பிராந்தியத்துக்கு வரும் போதெல்லாம் வீதிகளின் இரு ஓரங்களிலும் ப்ளீச்சிங் பவுடரை சுண்ணாம்புத் தூளுடன் கலந்து நீளக்கோடாகக் கொட்டி வைப்பது தொன்றுதொட்டு சைதாப்பேட்டையில் இருந்துவரும் வழக்கம். வரவேற்புத் தோரணங்கள், மேடை, மைக் செட்டோடு ப்ளீச்சிங் பவுடருக்கும் விழாக்கால அந்தஸ்து உண்டு. வீடு விழாக்கோலம் கொள்ளும்போதும் ப்ளீச்சிங் பவுடரின் தேவை இருக்கத்தான் செய்யும்.

சகாயமுத்துவிடம் ரெட்டியார் விஷயத்தைச் சொல்லி, முன்பண மாகப் பத்து ரூபாய் கொடுத்தார். சகாயம் அதை வாங்கிக்கொண்டு மறுநாள் வருவதாகச் சொல்லிவிட்டுக் கிளம்பும்போது பானுமதி அவனைக் கடந்து வெளியே போனாள். அவனுக்கு அவள் பூசியிருந்த கூந்தல் தைலத்தின் வாசனை மிகவும் பிடித்தது. ஒரு வினாடி கண்ணை மூடிக்கொண்டு மீதமிருந்த வாசனைக் காற்றை நாசிக்குள் உறிஞ்சி எடுத்துக்கொண்டு வெளியேறினான்.

மறுநாள் அதிகாலை சகாயம் தனது நண்பர்களுடன் ரெட்டியார் வீட்டின் பின்புறம் வந்து சேர்ந்தான். கருமை ஒரு சாயம்போல் முள் புதர்களின்மீது தெளித்திருந்தது. காற்றின் அசைவில்லை. வேறு எந்தச் சத்தமும் இல்லை. சகாயம் அமைதியாக ஒதுங்கி நின்று புதர்களை உற்றுப் பார்த்துக்கொண்டிருந்தான். அது

பன்றிகள் ஆழ்ந்த உறக்கத்தில் இருக்கும் பொழுது. அரை மணிதான் தூங்கும். அதுவும் அதிகாலைதான் தூங்கும். சட்டென்று எழுந்து பத்தடி நகர்ந்து சென்று மீண்டும் படுக்கும். விடியலின் முதல் ஒலி எங்கிருந்து கேட்டாலும் தூக்கத்தை உதறிவிட்டு மேயக் கிளம்பிவிடும். அந்த முதல் சத்தத்துக்குள் எத்தனைப் பன்றிகளைப் பிடிக்க முடிகிறது என்பதுதான் விஷயம். ஒன்றின்மீது பாய்ந்துவிட்டால் போதும். உடன் இருக்கும் மற்ற அனைத்தும் விழித்து எழுந்து ஓடத் தொடங்கிவிடும். ஆனால், ஒரு பன்றியுடன் வேட்டையை நிறைவு செய்வது சகாயத்துக்கு எப்போதும் பிடிக்காது. அவனது நான்கு நண்பர்களும் ஆளுக் கொன்றைக் குறி வைப்பார்கள். அத்தனையும் சித்தியானால் ஒரு முயற்சிக்கு ஐந்து பன்றிகள். ஐந்தையும் பிடித்து சாக்கு மூட்டை களில் அடைத்துக் கட்டிவிட்டு அடுத்த ஐந்துக்குக் குறி வைப்பது தான் சவால். அது அத்தனை எளிதல்ல. அம்முயற்சியில் பெரும் பாலும் ஒன்றிரண்டு பன்றிகள்தாம் கிடைக்கும். திருப்தியடைந்து திரும்பிவிட்டு, மறுநாள் மீண்டும் வேட்டைக்கு வரவேண்டும்.

சகாயமுத்து தனது நண்பர்களுக்கு எச்சரிக்கை சமிக்ஞை அளித்தான். ஏழு பன்றிகள் மொத்தமாக ஒரு புதரின் மறைவில் படுத்திருப்பது அவன் கண்களில் பட்டுவிட்டிருந்தது. அதில் ஒன்று மிகப் பெரியதாக, பூதாகாரமாக இருந்தது. நிறைய கறி அளிக்கக்கூடியது. இருளின் கருமையில் திருத்தம் செய்தாற்போல் சற்றே சாம்பல் பூசிய அதன் தேகம் புதர் ஓரம் கர்நாடக மாநில வரைபடம் போலக் கிடந்தது. அந்த இடத்தை அவன் சுட்டிக்காட்டி, எவ்வாறு அவற்றை வளைத்து மடக்க வேண்டும் என்பதையும் சைகையில் விளக்கினான். நண்பர்கள் நால்வரையும் தலா ஆறடி இடைவெளியில் அரை வட்டமாக வளைந்து முன்னேறச் சொல்லிவிட்டு அவன் சத்தமில்லாமல் சாக்கடையைத் தாண்டி ரெட்டியார் வீட்டின் பின் வாசலில் இருந்து ஆறடி தள்ளி இருந்த கழிப்பறை அருகே வந்து நின்று கொண்டான். தகரக் கதவு போட்ட கழிப்பறை. சகாயம் கவனமாக அதன்மீது பட்டு சத்தமெழுப்பிவிடாமல், அதே சமயம் தப்பிக்கும் பன்றிகள் உயிர் பயத்தில் தாவி வரக்கூடிய இடம் அதுவே என்றும் கணித்துத் தயாராக அங்கே நின்றுகொண்டான்.

அவனது நண்பர்கள் பூவை மிதிக்கும் ஜாக்கிரதை உணர்வுடன் அங்குலம் அங்குலமாகக் கால்களை நுழைத்து, சாக்கடைக்குள் இறங்கி நின்றுகொண்டார்கள். ஒவ்வொருவர் கையிலும் சாக்குப் பை இருந்தது. படுத்திருக்கும் பன்றியின் முதுகின் மீது

பாயும்போதே சாக்கின் வாயைத் திறந்து பன்றியின் தலைக்குள் திணித்துவிட வேண்டும். இதில் தவறினால் பன்றி தப்பித்துவிடும். அது தலையை அசைத்துக்கொள்ள ஒரு கணம் கூடக் கொடுத்து விடக் கூடாது என்பதுதான் முக்கியம். ஆனால் சாக்கடைக்குள் இருந்து பாயும்போது தண்ணீரின் சலசலப்பொலி எழத்தான் செய்யும். உறங்கும் பன்றி விழித்துக்கொள்ள அது போதும். அது நிமிர்ந்து பார்ப்பதற்குள் பாய்ந்து அழுக்கிவிடுவதில்தான் வீரனின் திறமை இருக்கிறது.

சாக்கடைக்குள் இறங்கியவர்கள் சகாயத்தைப் பார்த்தார்கள். அவன் உறங்கும் பன்றிகளையே உற்றுப் பார்த்துக்கொண்டிருந் தான். எங்கும் எந்த அசைவும் இல்லை; ஏழில் எந்தப் பன்றியும் உறக்கம் கலைந்திருக்கவில்லை என்பதை உறுதிப்படுத்திக் கொண்டு நண்பர்களுக்குக் கை காட்டினான். அவர்கள் குறி வைத்துப் பாய்ந்த கணத்தில் வானில் மிகப் பெரிதாக ஓர் இடிச் சத்தம் கேட்டது. சகாயம் திடுக்கிட்டுத் திரும்பியபோது ரெட்டியார் வீட்டின் பின்புறக் கதவு திறக்கும் சத்தம் சேர்ந்து கொண்டது. இயற்கையின் அழைப்பில் ரெட்டியார் மகள் பானுமதி கழிப்பறையை நோக்கி வர, குப்பென்று அந்தக் கூந்தல் தைலத்தின் வாசனை சகாயத்தின் சுவாசத்தை நிறைத்தது.

ஒரு கணம்தான். ஆபத்து மிக அருகில் வந்துவிட்டதைப் பன்றிகள் உணர்ந்து, எழுந்து ஓடத் தொடங்க, சகாயமுத்துவின் நண்பர்கள் விடாமல் பாய்ந்து அவற்றின்மீது விழுந்து புரண்டு அழுக்கப் பார்த்தார்கள். வினோதமான அவற்றின் மரண ஒலத்தினிடையே மீண்டும் மீண்டும் வானில் இடிச் சத்தம் கேட்டு, மின்னல் சிதறத் தொடங்கியது. சட்டென்று மழையும் சேர்ந்துகொண்டது. சகாயத்தின் நண்பர்களிடம் அகப்படாமல் தப்பித்த பன்றிகள் தலைக்கொரு பக்கம் சிதறி ஓட, நிச்சயமாகத் தப்பிக்கவே முடியாது என்று சகாயம் கணித்திருந்த அந்த பிரம்மாண்டமான பன்றி தப்பித்ததோடு மட்டுமின்றி ஆக்ரோஷமாகப் பாய்ந்து அவனை நோக்கி ஓடி வர ஆரம்பித்தது. பானுமதி அச்சத்தில் நிலைகுலைந்துபோய்க் கத்தத் தொடங்க, சகாயம் சட்டென்று அவள் தோளை வளைத்துத் தன் கையால் அவள் வாயைப் பொத்தினான். அதற்குள் ஓடி வந்த பெரும் பன்றி, இருளிலும் பதற்றத்திலும் வழி புரியாமல் சகாயத்தின்மீது ஆக்ரோஷமாக மோத, சகாயம் ஒரு வினாடி தடுமாறினான். அதற்குள் பானுமதி அவன் பிடியில் இருந்து விலகி ஓடப் பார்க்க, சகாயம் காலில் மோதிய பன்றியை எட்டி உதைத்தான். மறு கணம் பன்றி

சீறியெழுந்து அவன் நெஞ்சு வரை உயர்ந்து பாய்ந்தது. அவன் நிலை தடுமாறி பானுமதியின்மீது விழுந்தான். பெரும் பன்றி இருவரின் மீதும் கால்களை திடமாகப் பதித்துத் தாவிக் குதித்து ஓடியது. பிடி, பிடி என்று கத்தியபடியே சகாயத்தின் நண்பர்கள் ஆளுக்கொன்றைத் துரத்திக்கொண்டு சிதறி ஓட, மழை மேலும் வலுக்கத் தொடங்கியது.

அந்த வருட மழைக்கு சைதாப்பேட்டையில் வெள்ளம் வந்தது. அது சரித்திரம் காணாத வெள்ளமாக இருந்தது. மூன்றை தினங்கள் நிற்காமல் அடித்துக் கொட்டிய பெருமழைக்கு அபீத் காலனி மூழ்கிப் போனது. குடிசைகள் அனைத்தும் ஆற்று நீரில் அடித்துச் செல்லப்பட, தளம் போட்ட வீடுகளுக்குள் இருந்த பீரோ, கட்டில், மெத்தைகள், பாத்திரம் பண்டங்கள், டிவி பெட்டி யாவும் வெள்ள நீரில் மிதந்து சென்றன. ரெட்டியார் வீட்டின் முதல் தளம் வரை தண்ணீர் நிறைந்துவிட்டிருந்தது. அந்த வீதியில் இருந்த அனைத்து வீடுகளுமே கிட்டத்தட்ட இடிந்தும் சிதைந்தும் இல்லாமலாயின. போலிசாரும் தன்னார்வலர்களும் காலனிவாசி களைப் படகு வைத்து ஆலந்தூர் சாலைக்கு அழைத்துச் சென்று பத்திரமாக இறக்கிவிட்டார்கள். ஒரு சாரார் மாந்தோப்புப் பள்ளியிலும் இன்னும் சிலர் கணபதி பள்ளியிலும் தங்குவதற்கு ஏற்பாடு செய்யப்பட்டது. ஹெலிகாப்டர்கள் சாம்பார் சாதப் பொட்டலங்களைப் போட்டன. மசூதித் தெரு மசூதியிலும் தடுப்புக் கட்டி சமையல் வேலைகள் நடந்தன.

ரெட்டியார் தன் குடும்பத்துடன் கடும்பாடி அம்மன் கோயிலுக்கு அருகே இருந்த தனது தம்பி வீட்டுக்குப் போய்த் தங்கியிருந்தார். இனி ஒன்றுமே இல்லாமல் போய்விட்டதை அவரால் ஜீரணிக்க முடியவில்லை. உணவின்றி, உறக்கமின்றி இடிந்து போய் வெறுமனே அமர்ந்திருந்தார். பானுமதி அழுதுகொண்டே இருந்தாள். ஊரில் ஒவ்வொருவரும் தம்மால் இயன்ற வெள்ள நிவாரணப் பணிகளைச் செய்துகொண்டிருந்தபோதும், சமூக சேவகியான பானுமதியின் தாய் அவை எதிலும் கலந்துகொள்ளாமல் ஓர் அறைக்குள் முடங்கிக் கிடந்தாள். பானுமதியைப் பெண் பார்க்க வருவதாக இருந்த இன்னொரு ரெட்டியாரின் மகன் பம்பாய்க்குப் போய்விட்டதாக அவர்கள் கடையில் வேலை செய்யும் யாரோ சொன்னார்கள். எப்போது வருவான் என்று கேட்டதற்குத் தெரிய வில்லை என்றார்கள். ரெட்டியாரால் மாப்பிள்ளைப் பையனின் தந்தையை போனில் தொடர்புகொள்ளவே முடியவில்லை. ஒருபுறம் ஊரெங்கும் அழுகையும் ஓலமும் கூக்குரல்களும

நிறைந்திருக்க, விரக்தியில் ரெட்டியார் செய்வதறியாமல் தவித்துக் கொண்டிருந்தார். 'இந்த வீட்ட வித்துத் தொலைச்சிடுங்க, வேற எங்கயாவது போயிடலான்னு சொன்னேனே, நீங்க கேக்கலியே' என்று பானுமதி திரும்பத் திரும்பச் சொல்லிப் புலம்பிக் கொண்டிருந்தாள்.

நான்காம் நாள் மழை நின்று நீர் வடிய ஆரம்பித்துவிட்டதாகச் செய்தி வந்தது. ரெட்டியார் ஒரு முடிவோடு சட்டையை எடுத்துப் போட்டுக்கொண்டு வெளியே கிளம்பினார். எங்கே என்று அவரது மனைவி கேட்டாள். வந்து சொல்கிறேன் என்று சொன்னார்.

அபீத் காலனிக்கு அவர் வந்து சேர்ந்தபோது வெள்ளம் வடிந்து கொண்டிருந்த சுவடுகள் அவரை வரவேற்றன. சாலையில் காலே வைக்க முடியாத அளவுக்குச் சேறு மண்டிக் கிடந்தது. வீடுகள் அனைத்தும் பாதி இடிந்தும் முழுக்க இடிந்தும் கறைகள் பூசிக்கொண்டும் காட்சியளித்தன. மனித நடமாட்டம் அதிக மில்லை. இங்கொன்றும் அங்கொன்றுமாக மக்கள் நின்று பேசிக் கொண்டிருந்ததை ரெட்டியார் கவனித்தார். நாய்களும் எருமை மாடுகளும் சர்வ சாதாரணமாக சிதிலமான வீடுகளுக்குள் போய் வந்துகொண்டிருந்ததையும் கண்டார். வெறுப்பும் விரக்தியும் ஆங்காரமும் அவரை முட்டித் தள்ளின. மீண்டும் மனிதர்கள் வசிக்கத் தகுதியான இடமாக காலனி உருமாறக் குறைந்தது ஒரு மாதம் பிடிக்கும் என்று தோன்றியது. அவரையறியாமல் கண்ணில் நீர் வந்தது.

தன் வீட்டுக்கு அவர் வந்து சேர்ந்தபோது காம்பவுண்டு சுவர் முற்றிலுமாக இடிந்து விழுந்திருப்பதைக் கண்டார். இரும்புக் கதவை யாரோ பெயர்த்து எடுத்துச் சென்றிருந்தார்கள். வீட்டின் முன்வாசலை ஒட்டியிருந்த பலகணிகள் இரண்டும் உதிர்ந்து விழுந்திருந்தன. பானுமதி ஆசைப்பட்டு அங்கே நட்டு வளர்த்த ஒரு வேப்பமரமும் தென்னையும் முறிந்து வழி மறித்துக் கிடந்தன. ரெட்டியாருக்கு உள்ளே போகத் தயக்கமாக இருந்தது. இம்மாதிரி வெள்ளம் வடிந்த காலங்களில் ஆற்றங்கரையோர வீடுகளுக்குள் பாம்புகள், பெருச்சாளிகள், தேள் உள்ளிட்ட பல்வேறு விதமான ஜந்துக்கள் புகுந்துவிடும். ஆள்களை அமர்த்தி முற்றிலும் சுத்தம் செய்து, சீரமைத்த பிறகுதான் உள்ளே போக முடியும். ரெட்டியாருக்கு ஏற்கெனவே அந்த அனுபவம் மூன்று முறை ஏற்பட்டிருக்கிறது. இம்முறை வீட்டை இடித்துவிட்டு இடத்தை விற்றுவிடலாம் என்ற முடிவுக்கு அவர் வந்திருந்தார்.

சைதாப்பேட்டையே போதும் என்று தோன்றியது. கடையைக் கூட யாருக்காவது விற்றுவிட்டு, பணத்தை மூட்டை கட்டிக் கொண்டு ஊர்ப்பக்கம் போய்விட முடிவு செய்திருந்தார். ஆனால் இன்னும் மனைவியிடமோ, மகளிடமோ அதைச் சொல்லியிருக்க வில்லை.

இடிந்து, முற்றிலும் சிதிலமாகியிருந்த வீட்டைப் பார்த்தபடியே சுற்றி வந்தார். வேட்டியை மடித்துக்கட்டிக்கொண்டு இடிபாடு களை நகர்த்திவிட்டு உள்ளே சென்றார். ஹாலில் டிவி இல்லாமல் இருந்தது. இரண்டு சோபாக்களுள் ஒன்றைக் காணவில்லை. இன்னொன்று குப்புற விழுந்து கிடந்தது. சுவரில் மாட்டப் பட்டிருந்த போட்டோக்கள் யாவும் கீழே விழுந்து நொறுங்கி யிருந்தது தெரிந்தது. சமையலறையில் இருந்த அனைத்துப் பாத்திரம் பண்டங்களும் கீழே விழுந்திருந்தன. அரிசி கேனும் பருப்பு டப்பாக்களும் தண்ணீரில் மிதந்து வெளியேறியிருக்க வேண்டும். கதவிலும் சுவரிலும் மோதி அவற்றின் மூடிகள் திறந்து கொட்டிய தானியங்கள் ஈரத் தரையெங்கும் ஒட்டிக் கிடந்தன. அவரது தந்தை காலத்து மர பீரோக்கள் இரண்டும் ஈரத்தில் ஊறி, புடைத்துக்கொண்டு நின்றன. உள்ளே இருக்கும் பொருள்கள் யாவும் நாசமாகியிருக்கும். வீட்டின் பின்புறக் கதவு உடைந்து சென்றிருந்தது. வீட்டுக்கு ஆறடி தள்ளிக் கட்டியிருந்த கழிப்பறை நொறுங்கி விழுந்திருந்தது.

ரெட்டியார் தாங்க முடியாத துக்கத்துடன் அங்கே சென்றார். சாக்கடை என்று இப்போது தனியே ஒன்றில்லாமல் அந்தப் பிராந்தியமே ஆற்றின் ஒரு பகுதியாகிவிட்டிருந்தது. வேலிக்காத் தான் புதர்கள் யாவும் வேரோடு பெயர்க்கப்பட்டு அடித்துச் செல்லப்பட்டிருந்தன. கண்ணுக்கெட்டிய தூரம் வரை வெறும் நீராகவே இருந்தது. நீர்ப்பரப்பெங்கும் ஆங்காங்கே திட்டுத் திட்டாகப் பொருள்கள் மிதப்பது தெரிந்தது.

ரெட்டியார் திரும்பலாம் என்று நினைத்தபோது கழிப்பறை இடிபாடுகளின் நடுவே ஒரு காலின் கட்டைவிரல் நுனி அவர் கண்ணில் பட்டது. அதுவும் நீரில் அமிழ்ந்து ஊறி, விரைத்திருந்தது. திடுக்கிட்டு அவசர அவசரமாகக் கற்களை நகர்த்தினார். வெள்ளத்தில் சிக்கி அடித்து வரப்பட்ட யாரோ இந்தச் சுவரில் மோதி இறந்திருக்க வேண்டும் என்று நினைத்தார். அல்லது இறந்த பின் இங்கு வந்து சேர்ந்திருக்கலாம். அப்போதோ அல்லது சிறிது நேரம் கழித்தோ கழிப்பறைச் சுவரும் இடிந்து மேலே

விழுந்திருக்க வேண்டும். ஐயோ, எத்தனை பயங்கரம்! பதற்றம் மிகுந்து, இறந்தவனின் கால்களை பலம் கொண்ட மட்டும் பிடித்து இழுத்து வெளியே போட்டார். அவனது நடு வயிற்றில் ரத்தத் திட்டு தெரிந்தது. அங்கே மட்டும் சட்டை கிழிந்திருந்தது. கடித்துக் குதறியது போல வயிற்றுப் பகுதி முழுதும் பிய்ந்து எலும்பு வெளியே தெரிந்தது. அச்சத்துடன் அவன் முகம் மூடியிருந்த காங்கிரீட் உதிரிகளை நகர்த்திப் பார்த்தார். ஒரு கணம்தான். பீதியை மீறிய நிம்மதி உணர்ச்சியொன்று அவர் மனம் முழுதும் நிறைந்து அடங்கியது.

தாம் அங்கு வரவேயில்லை, எதையும் பார்க்கவில்லை என்று தனக்குள் சொல்லிக்கொண்டு அவர் அவசரமாகப் புறப்பட்ட போது, கழிப்பறை இடிபாட்டுக் குவியல்களின் மறுபுறத்தில் இருந்து 'ஹர்ர்..' என்றொரு உறுமல் சத்தம் கேட்டது. வெள்ளத்துக்குத் தப்பி எங்கோ போயிருந்த பன்றிகள் திரும்பி வர ஆரம்பித்துவிட்டதென ரெட்டியார் நினைத்தார். இனி எது குறித்தும் எண்ணவே வேண்டாம் என்று முடிவு செய்துகொண்டு விறுவிறுவென நடக்க ஆரம்பித்தார்.

---

# பா. ராகவன்

தொண்ணூறுகளின் தொடக்கத்தில் எழுதத் தொடங்கிய பா. ராகவன், பிறவி சென்னைவாசி. இயந்திரவியல் படித்துவிட்டு அமுதசுரபி, கல்கி, குமுதம் போன்ற பத்திரிகைகளில் சில காலம் பணியாற்றினார். பிறகு பதிப்புத் துறையில் பத்தாண்டுகள் இயங்கினார். 2012 முதல் முழு நேர எழுத்தாளராக உள்ளார். இதுவரை ஒன்பது நாவல்கள், நான்கு சிறுகதைத் தொகுப்புகள் வெளியாகியிருக்கின்றன. இவரது டாலர் தேசம், நிலமெல்லாம் ரத்தம், மாயவலை போன்ற அபுனை - அரசியல் நூல்கள் மிகவும் புகழ் பெற்றவை. தமிழ் வாசகப் பரப்பில், அரசியல் வரலாற்று நூல்களுக்கான நிரந்தர இடத்தை உருவாக்கியவை. தமது படைப்பிலக்கியப் பங்களிப்பு களுக்காகப் பெருமைக்குரிய பாரதிய பாஷா பரிஷத் விருது பெற்றவர். இவரது சில படைப்புகள் ஆங்கிலம் மற்றும் மலையாளத்தில் மொழியாக்கம் பெற்றுள்ளன. வயது 47.

www.ingramcontent.com/pod-product-compliance
Lightning Source LLC
LaVergne TN
LVHW091113180726
843490LV00002B/765